ભારતના 51 યુગ પ્રવર્તક વૈજ્ઞાનિકો

ભારત ધર્મ અને અધ્યાત્મની જેમ જ ગણિત અને વિજ્ઞાનમાં પણ એક પ્રથમ દેશ રહ્યો છે અને આજે ફરી સમગ્ર દુનિયાના માનસપટ પર પોતાની એક અલગ ઓળખ બનાવી રહ્યો છે. આઈટી એટલે ઉદ્યોગોમાં તો તેનો કોઈ જવાબ જ નથી અને આજે આ ક્ષેત્રમાં ભારત દુનિયામાં એક મહાશક્તિ સમાન બની ગયો છે.

પ્રાચીન કાળમાં ભારતના ચરક, સુશ્રુત, જીવક જેવાં ચિકિત્સક અને નાગાર્જુન જેવા અદ્ભુત કીમિયાગર જગ-વિખ્યાત હતા. આર્યભટ્ટ, વરાહમિહિર, બ્રહ્મગુપ્ત અને ભાસ્કરાચાર્ય જેવાં વૈજ્ઞાનિકોએ વિજ્ઞાનની સાથે-સાથે ગણિતની પણ આશ્ચર્યજનક શોધો કરી, તે આશ્ચર્યમાં મુકી દે છે. આ દિશામાં ભારતના મહાન યોગદાનને આજે પણ સૌ સ્વીકાર કરે છે. આવી રીતે શૂન્યની શોધ ભારતની એક એવી શોધ છે, જેણે વિજ્ઞાન અને ગણિતમાં આધુનિક શોધોના દરવાજા ખોલી દીધાં.

આ પુસ્તકમાં જાણીતા સાહિત્યકાર અને વિજ્ઞાન વિચારક પ્રકાશ મનુના ભારતના એવા જ ૫૧ યુગ પ્રવર્તક વૈજ્ઞાનિકોના જીવન અને તેમના મહાન યોગદાનના વિશે બતાવવામાં આવ્યું છે, જેને વાંચીને બાળકો અને કિશોર વાચકોને પોતાના દેશની મહાન વૈજ્ઞાનિક પરંપરાના વિશે જાણકારી મળશે. સાથે જ તેમની અંદર પણ આ ક્ષેત્રમાં આગળ આવી કંઈક નવું કરવાનું સ્વપ્ન અને એક નવી હિંમત જન્મ લેશે.

પ્રકાશ મનુ

જન્મ : ૧૨ મે, ૧૯૫૦ના શિકોહાબાદ, ઉત્તરપ્રદેશમાં થયો

શિક્ષણ : પોતાની આગવી શૈલીમાં જીવન જીવતા પ્રકાશ મનુ શરૂઆતમાં વિજ્ઞાનના પ્રતિભાશાળી વિદ્યાર્થી રહ્યા. આગ્રા કૉલેજ, આગ્રાથી ભૌતિક વિજ્ઞાનમાં એમ.એસ.સી. કર્યા બાદ, સાહિત્યમાં રુચિ હોવાને કારણે જીવનની દિશા જ બદલાઈ ગઈ. પચ્ચીસ વર્ષો સુધી લોકપ્રિય બાળ પત્રિકા 'નંદન'ના સંપાદન સાથે જોડાયા. હવે પૂર્ણ રીતે સ્વતંત્ર લેખન. બાળ સાહિત્ય સાથે જોડાયેલી કેટલીક મોટી યોજનાઓ પર કામ કરી રહ્યા છે.

નવલકથા : યહ જો દિલ્લી હૈ, કથા સર્કસ, પાપા કે જાને કે બાદ.

વાર્તાઓ : ૨૧ શ્રેષ્ઠ કાનિયાં, મિસેજ મજૂમદાર, જિંદગીનામા એક જીનિયસ કા, અરુંધતી ઉદાસ હૈ, તુમ કહાં હો નવીન ભાઈ, સુકરાત મેરે શહર મેં, અંકલ કો વિશ નહીં કરોગે.

કવિતા : એક ઔર પ્રાર્થના, છૂટતા હુઆ ઘર, કવિતા ઔર કવિતા કે બીચ.

બાળ સાહિત્ય : બાળકોની ૫૧ હાસ્ય કથાઓ, જ્ઞાન અને વિજ્ઞાનની આશ્ચર્યજનક વાર્તાઓ, માતુંગા જંગલની ૫૧ અચરજ ભરી વાર્તાઓ, પરીઓની ૫૧ મનગમતી વાર્તાઓ, તેનાલીરામની ચતુરાઈના અનોખા કિસ્સા, ચિન-ચિન ચૂં, નંદૂ ભાઈની પતંગો (વાર્તાઓ) ગોલૂ ભાગા ઘર સે, એક થા ઠુનઠુનિયા, ચીનૂ કા ચિડિયાઘર, નન્હી ગોગો કે કારનામે, ખુક્કન દાદા કા બચપન (ઉપન્યાસ), હાથી કા જૂતા, ઈક્યાવન બાલ કવિતાએ (કવિતાઓ). હિન્દીમાં બાળ કવિતાનો પ્રથમ વ્યવસ્થિત ઈતિહાસ 'હિંદી બાલ કવિતા કા ઈતિહાસ' લખીને ઐતિહાસિક મહત્ત્વનું કામ કર્યું. એ ઉપરાંત સંસ્મરણ, સાક્ષાત્કાર અને આલોચનામાં કંઈક વિશેષ કામ. કેટલીય મહત્ત્વપૂર્ણ સંપાદિત પુસ્તકો પણ.

પુરસ્કાર : સાહિત્ય એકેડમીના પહેલા બાળ સાહિત્ય પુરસ્કાર અને હિન્દી એકેડમીના 'સાહિત્યકાર સન્માન'થી સન્માનિત. કવિતા સંગ્રહ 'છૂટતા હુઆ ઘર' પર પ્રથમ ગિરિજાકુમાર માથુર સ્મૃતિ પુરસ્કાર.

સરનામું : ૫૪૫, સેક્ટર ૨૯, ફરીદાબાદ - ૧૨૧૦૦૮ (હરિયાણા)

મો. : ૦૯૮૧૦૬૦૨૩૨૭

ભારતના 51
યુગ-પ્રવર્તક વૈજ્ઞાનિક

પ્રાચીન કાળથી આજ સુધી ભારતના મહાન
યુગ-પ્રવર્તક વૈજ્ઞાનિકોની જીવનગાથાઓ

પ્રકાશ મનુ

સાહિત્ય અકાદમીથી પહેલાં બાળ સાહિત્ય
પુરસ્કારથી સન્માનિત લેખક

ડાયમંડ બુક્સ

www.diamondbook.in

પ્રકાશક : ડાયમંડ પૉકેટ બુક્સ (પ્રા.) લિ.
X-30 ઓખલા ઇન્ડસ્ટ્રિયલ એરિયા, ફેઝ-II
નવી દિલ્હી - 110 020
ફોન : 011- 40712100
ઈ-મેલ : sales@dpb.in
વેબસાઈટ : www.diamondbook.in
સંસ્કરણ : 2023
મુદ્રક : રેપરો (ઇન્ડિયા)

ભારતના ૫૧ યુગ-પ્રવર્તક વૈજ્ઞાનિક

Bharatna 51 Yug-Pravartak Vaigyanik

by : *Prakash Manu*

ભારતના વિલક્ષણ ઊર્જાવાન વૈજ્ઞાનિક
ડૉ. શાંતિસ્વરૂપ ભટનાગરને યાદ કરીને,
જેમણે વિજ્ઞાનના સહારે
ઔદ્યોગિક ક્રાંતિનું સ્વપ્ન જોયું હતું.

ભૂમિકા

ભારતના મહાન યુગ-પ્રવર્તક વૈજ્ઞાનિકો

સમગ્ર દુનિયા ભારતને એક મહાન આધ્યાત્મિક દેશ તરીકે જુએ અને જાણે છે, પણ ભારત ધર્મ અને અધ્યાત્મની જેમ જ ગણિત અને વિજ્ઞાનમાં પણ એક પ્રથમ દેશ રહ્યો છે અને આજે ફરી આખી દુનિયાના માનસપટલ પર પોતાની એક અલગ ઓળખ અંકિત કરી રહ્યો છે. આઈટી એટલે સૂચના ટેક્નોલૉજીમાં તો તેનો કોઈ જવાબ જ નથી અને આજે આ ક્ષેત્રમાં ભારત દુનિયામાં એક મહાશક્તિ સમાન બની ગયો છે. આખો સંસાર આજે એ માનવા લાગ્યો છે કે, ભારતીયો પાસે બુદ્ધિ અને પ્રતિભાની કોઈ ખોટ નથી અને તેમને યોગ્ય સાધનો મળી જાય તો તે ખરેખર મોટા અને અસાધારણ કામ કરીને બતાવી શકે છે. આપણા દેશમાં લાંબા સમય સુધી વૈજ્ઞાનિકોએ સંસાધનોના અભાવે પોતાનું કામ અને શોધ કરવી પડતી હતી, આથી તેઓ વિદેશ ગયા અને ત્યાં તેમની સામાન્ય શોધોએ આખી દુનિયાનું ધ્યાન આકર્ષિત કર્યું. હરગોવિંદ ખુરાના એવા જ એક ભારતીય વૈજ્ઞાનિક હતા, જેમણે જીનેટિક્સ એટલે જીન-સંરચનાના કારણે આખી દુનિયામાં નવાં-નવાં સંશોધનોના દરવાજા ખોલી દીધા, આવી રીતે સુબ્રહ્મણ્યન ચંદ્રશેખરે બ્રહ્માંડની રચનામાં બ્લેક હૉલની પોતાની વ્યાખ્યાથી આખી દુનિયાના વૈજ્ઞાનિકોનું ધ્યાન આકર્ષિત કર્યું. આનાથી પહેલા ભારતના જ એક મહાન પ્રતિભાશાળી વૈજ્ઞાનિક ડૉ. સત્યેન્દ્રનાથ બોસને આઈનસ્ટાઈન સાથે કામ કરવાનું સૌભાગ્ય પ્રાપ્ત થયું અને ખુદ આઈનસ્ટાઈન તેમની પ્રતિભાની પ્રશંસા કરતા હતા.

ભારતના પહેલા નોબેલ પુરસ્કાર વિજેતા વૈજ્ઞાનિક રામને પોતાના રામન પ્રભાવને સિદ્ધ કરવા માટે પ્રકાશના કિરણોના પ્રભાવની વ્યાખ્યા જે સંશાધનોના આધારે કરી, તે કોઈ અસાધારણ સાધનો ન હતા. ઘણાં સામાન્ય સાધનોના આધારે કરેલા ઊંડા સંશોધનથી તેમણે એક અસાધારણ સિદ્ધાંત સામે રાખ્યો, જેનો આખી દુનિયાના વૈજ્ઞાનિકોએ ખૂબ જ આદરથી સ્વીકાર કર્યો. આ રીતે મહાન ભારતીય વૈજ્ઞાનિક રામને સાબિત કર્યું કે, મોટી વસ્તુ સાધન નથી, બલ્કે વિઝન છે અને જો તે છે, તો સામાન્ય સાધનોથી પણ મોટું કામ કરી શકાય છે.

રામન એક વૈજ્ઞાનિક કોન્ફરન્સમાં ભાગ લેવા માટે વિદેશ ગયા, તો ત્યાંથી પાણીના જહાજમાં પરત ફરતા સમયે તેમના મનમાં એક જ મૂંઝવણ હતી કે, આખરે દરિયામાં આ આસમાની રંગ આવે છે ક્યાંથી? આના વિશે કેટલાક મોટા વૈજ્ઞાનિકોની વ્યાખ્યા તેમને યાદ આવી રહી હતી, જેમાં એક થીસિસ તો એ જ હતો કે દરિયાનું આસમાનીપણું ખરેખર આકાશની છાયા છે. આ કારણે દરિયો આસમાની દેખાય છે, પરંતુ દરિયાના પાણીના આસમાનીપણાની આ વ્યાખ્યા તેમને કંઇ ખાસ નહોતી લાગી રહી હતી. તો પછી ક્યાંથી આવે છે દરિયાના પાણીમાં આ આસમાનીપણું? આ જ મૂંઝવણ તેમને એક દિવસ નોબેલ પુરસ્કાર જેવી મોટી ઉપલબ્ધિ સુધી લઈ ગઈ.

આવી રીતે જગદીશચંદ્ર બસુની આ માન્યતાના પહેલા ઘણી મજાક ઉડાવાઈ કે ઝાડ-છોડ અને વનસ્પતિઓમાં પણ જીવ અને સંવેદના હોય છે. પણ તેમણે વૈજ્ઞાનિક સંસાધનો થકી તેને સાબિત કરી બતાવ્યું અને આજે બધા વૈજ્ઞાનિકો એને માને છે. અસાધારણ પ્રતિભાશાળી વૈજ્ઞાનિક બસુએ જ રેડિયોની પણ શોધ કરી હતી, પણ તે તેને પેટન્ટ નહોતા કરાવી શક્યા, આ પણ એક માનવામાં આવેલું તથ્ય છે. રસાયણશાસ્ત્રમાં પ્રફુલ્લચંદ્ર રાય, નર્તકવિજ્ઞાનમાં બિરબલ સહાની અને ગણિતમાં શ્રીનિવાસ રામાનુજનનું કામ અને ખ્યાતિ પણ સતત આંતરરાષ્ટ્રીય ચર્ચાઓમાં રહી.

આ જ રીતે ડૉ. ભાભાએ પરમાણુ ઊર્જા માટે કેટલાક દાયકા પહેલા ગંભીરતાથી વિચારવાનું અને મોટી યોજનાઓ પર કામ કરવાનું શરૂ કરી દીધું હતું. જોવા જઈએ તો ભારતને મહાશક્તિ બનાવવામાં તેમની મોટી ભૂમિકા છે. ડૉ.ભાભાએ જ સૌથી પહેલા ભારતનો આ સંદેશ આખી દુનિયામાં ફેલાવ્યો કે પરમાણુ ઊર્જાનો શાંતિપૂર્ણ અને વિકાસ-કાર્યોમાં સદુપયોગ થાય, તો આપણી આ દુનિયાનો દેખાવ બદલાઈ શકે છે અને ઘરે-ઘરે સમૃદ્ધિ આવી શકે છે. આ કારણે નહેરૂજી ડૉ.ભાભાની પ્રશંસા કરતા હતા. તેમણે ડૉ.ભાભાને કહ્યું હતું કે તેમને જે પણ વસ્તુની જરૂર હોય, તેમના માટે સરકારી તંત્ર અને અધિકારીઓના સામે જોવાને બદલે, તે સીધા તેમને કહે. ડૉ.ભાભા પણ તેમના કામમાં એટલા ડૂબેલા હતા કે આખી દુનિયા પર તેમની પ્રતિભાનો પ્રભાવ હતો. ત્યાં સુધી કે, નેહરૂજીએ તેમને મંત્રી પદ સ્વીકારવા માટે પણ કહ્યું, તો તેમણે સ્પષ્ટપણે ના પાડતા કહ્યું હતું કે હું એક વૈજ્ઞાનિકના રૂપે જ દેશની સારી સેવા કરી શકીશ. તે એટલા મોટા અને પહોંચેલા વૈજ્ઞાનિક હતા કે તેમને માટે મંત્રી પદનો કોઈ અર્થ જ નહોતો.

ડૉ.ભાભાના અકાળ અને દુર્ભાગ્યપૂર્ણ અવસાન પછી ભારતના જે

વૈજ્ઞાનિકોએ આ મહાન દેશને વિશ્વના વૈજ્ઞાનિકોના તાદશ્ય પર ઝડપથી ઉપર આવીને પોતાની છાપ બનાવવામાં મદદ કરી, તેમાં વિક્રમ સારાભાઈનું નામ ઘણું મહત્ત્વપૂર્ણ છે. તેમણે અવકાશ સંશોધન માટે ઈસરો જેવું સંગઠન ઊભું કર્યું, જેણે ભારતના અવકાશ સંશોધનમાં નાસા જેવું મહત્ત્વ પ્રાપ્ત કર્યું છે. આ જ કારણ છે કે આજે ભારત ચંદ્ર પર પોતાનું યાન મોકલી શક્યું અને આગળ આ ક્ષેત્રમાં આટલી મોટી બીજી મહત્ત્વાકાંક્ષી યોજનાઓ પર કામ કરી રહ્યું છે અને આશા છે કે, થોડાં વર્ષોમાં ભારતની ગણતરી આ ક્ષેત્રના અગ્રણી વૈજ્ઞાનિક પ્રતિભાશાળી દેશોમાં થવા લાગશે.

આ રીતે ડૉ. શાંતિસ્વરૂપ ભટનાગરે ભારતમાં વિજ્ઞાનના આધારે ઔદ્યોગિક પ્રગતિનું જે સ્વપ્ન જોયું હતું, તેણે સાચે જ એક ક્રાંતિ કરી દીધી. સામાજિક વિકાસ અને માણસની સુખ-સમૃદ્ધિના કારણે વિજ્ઞાનના ઉપયોગો પર નવી રીતે ગંભીરતાથી વિચાર થયો અને આપણો દેશ કેટલીક રીતે આત્મનિર્ભર અને શક્તિશાળી દેશ બન્યો. અલબત્ત! વિજ્ઞાનની આ ભૂમિકા હમણાં અહીં પૂર્ણ નથી થતી અને આ દિશામાં એક મોટું લક્ષ્ય અને મોટા પડકારો આપણી સામે છે અને આશા છે કે, આપણા દેશના વૈજ્ઞાનિક અહીં પણ પોતાની મંજિલ સુધી પહોંચશે. આ કારણે આપણા કેટલાક સંસ્થાનો તો પોતાની સતત શોધ અને સક્રિયતાને કારણે આંતરરાષ્ટ્રીય ખ્યાતિ મેળવી ચૂક્યા છે. આવી રીતે પક્ષીવિજ્ઞાનમાં સાલિમ અલી, ભૂગર્ભવિજ્ઞાનમાં ડૉ. દારાશા નૌશેરવા વાડિયા અને ખગોળવિજ્ઞાનમાં વેણુ બપ્પૂના કામને કોઈ પરિચયની જરૂર નથી. ભારતના પૂર્વ રાષ્ટ્રપતિ ડૉ. એ.પી.જે. અબ્દુલ કલામે પણ પોતાના નવા વિઝનથી ભારત દેશને વિશ્વ વિજ્ઞાનપટલ પર પૂર્ણ ગૌરવ સાથે સ્થાપિત કર્યો છે.

જો ભારતના પ્રાચીન વૈજ્ઞાનિક વિકાસની ચર્ચા કરીએ, તો આપણા મહાન ઋષિ-વિજ્ઞાનીઓની સિદ્ધિઓ પર કદાચ આનાથી વધુ આશ્ચર્ય થાય છે. સૌથી વધુ આશ્ચર્યની વાત એ છે કે, ભારતના પ્રાચીન ઋષિઓ અને વૈજ્ઞાનિકો પાસે કોઈપણ સાધનો વગર આપણા શરીર, બ્રહ્માંડ, ગ્રહ-તારામંડળ અને અંતરિક્ષ અંગે સૌથી વધુ અને સચોટ માહિતી હતી, જેનાથી આજના વૈજ્ઞાનિકો પણ ઘણું બધું શીખી શકે છે. તેમણે સેંકડો વર્ષો પહેલા કેટલા શ્રમ અને ખંતથી આ જાણકારી ભેગી કરી અને તેને સૂક્ષ્મ વિશ્લેષણ સાથે પારખીને આગલી પેઢીઓને સોંપી, આ જ સાબિત કરી આપે છે કે તે સમયમાં આપણા ઋષિઓ અને વૈજ્ઞાનિકોમાં જ્ઞાનનું સંપાદન કરવાની તીવ્ર ભૂખ હતી અને તે દિવસ-રાત કોઈ તપસ્યાની જેમ સૃષ્ટિના રહસ્યોને જાણવામાં રચ્યાંપચ્યાં હતા. આ કારણથી પેઢી-દર-પેઢી તેમની શોધથી સાચે જ માનવ અસ્તિત્વ અને સૃષ્ટિના એવા ભેદ ખુલ્યાં, જેનાથી

માનવ સભ્યતાનો ઝડપથી વિકાસ થયો. દાખલા તરીકે પહેલા એ સમજવામાં આવતું હતું કે રાહુ અને કેતુથી પીડિત હોય તો સૂર્ય અને ચંદ્રગ્રહણ થાય છે. પણ પછી આર્યભટ્ટ જેવા આપણા પ્રાચીન વૈજ્ઞાનિકોએ જ અંધવિશ્વાસને દૂર કરી અને તેની પૂર્ણ રીતે વૈજ્ઞાનિક વ્યાખ્યા કરી કે સૂર્ય અને ચંદ્રમાની વચ્ચે પૃથ્વી આવી જવાના કારણે ચંદ્રગ્રહણ થાય છે. આવી જ રીતે સૂર્યગ્રહણની વ્યાખ્યા તેમણે કરી, જેનો આજે પણ તમામ વૈજ્ઞાનિકો એકમતથી સ્વીકાર કરે છે. આવી રીતે વૈજ્ઞાનિક વિકાસની સાથે સાથે સદીઓ સુધી આપણી સાથે વળગેલા ભ્રમ અને અંધવિશ્વાસ દૂર થયા અને નવાં-નવાં વૈજ્ઞાનિક સંસાધનો બન્યાં, જેનાથી આપણું જીવન સુવિધાસંપન્ન થયું.

ભારતના પ્રાચીન વૈજ્ઞાનિકોમાં મેધાતિથિ કદાચ સૌથી વધારે જૂના ઋષિ છે, જેમને ઘણી મોટી સંખ્યા સુધી ગણતરી એટલે કે અંકગણિતની આશ્ચર્યજનક જાણકારી હતી. તેઓ ઈંટો અને ગાયોની ગણતરી કરતાં-કરતાં પરાર્ધ સુધી પહોંચી જાય છે, જેનો અર્થ છે - ૧૦૧૨. આખી દુનિયામાં એ સમયે લોકો એક લાખ એટલે કે ૧૦૫ની આગળ ગણતરી નહોતા કરી શકતા હતા, પણ વેદોના ભારતીય રચનાકાર પોતાના ઊંડા ચિંતનથી આ ક્ષેત્રમાં ઘણા દૂર સુધી પહોંચી જતા, તેમની એ ઉપલબ્ધિ આજે પણ આપણને ચકિત કરે છે. એવી રીતે પતંજલિએ યોગનો જેમ અનોખો ખ્યાલ રજૂ કર્યો, તે પૂર્ણ રીતે વૈજ્ઞાનિક છે અને શરીર વિજ્ઞાનની ઘણી ઊંડી સમજથી નીકળે છે. આ જ કારણ છે કે હજારો વર્ષ વીત્યા પછી પણ તેનું મહત્ત્વ ઓછું નથી થયું. અહીં સુધી કે આજની આધુનિક સંસ્કૃતિમાં જ્યારે માણસની ભાગદોડ ઘણી વધી ગઈ છે, પતંજલિના યોગનું મહત્ત્વ ક્યાંક જણાઈ આવે છે. જો આપણે પોતાની ઊર્જાને કેન્દ્રિત કરીએ, તો દુનિયાના મોટામાં મોટા કામને સરળતાથી કરી શકીએ. આ કારણથી યોગ આધ્યાત્મિક પ્રગતિમાં તો સહાયક છે જ અને આપણાં તમામ કાર્યોને સારી રીતે કરવામાં અને પોતાના જીવનને વ્યવસ્થિત કરવામાં પણ ઊર્જા મદદરૂપ છે. આ જ કારણ છે કે માત્ર ભારતમાં જ નહીં, પરંતુ પશ્ચિમી દુનિયામાં પણ આજે ભારતીય યોગની દુંદુભી વાગે છે. એકવીસમી સદીમાં પણ સમગ્ર દુનિયા પ્રાણાયામ અને યોગ શીખવા માટે ખૂબ ઉત્સુક નજરે આવી રહી છે, જેથી આપણે પોતાના રોજિંદા જીવનમાં તણાવથી છુટકારો મેળવી શકીએ અને આનંદપૂર્ણ જીવન જીવીએ.

પ્રાચીન ભારતના ઋષિ-વૈજ્ઞાનિકોએ સતત ચિંતન-મનન અને આત્મ-મંથન કરતા સૃષ્ટિ અને બ્રહ્માંડની રચના અંગેના જે સિદ્ધાંત શોધ્યા, તેનું પણ ખૂબ જ મહત્ત્વ છે. ભારતના જૂના ઋષિઓમાં કણાદ મોટા અદ્ભુત ચિંતક હતા જેમણે કણ-સિદ્ધાંતથી સૃષ્ટિની અનોખી વ્યાખ્યા કરી હતી. સત્ય કહીએ, તો

કણાદ તે પરમાણુવાદના આદિ આચાર્ય છે જેમનો આજે એકવીસમી સદીમાં પણ ડંકો વાગી રહ્યો છે અને આ દિશામાં નવી નવી શોધો આજે પણ ચાલી રહી છે.

એ જ રીતે ભારતમાં પ્રાચીનકાળથી તબીબી વિજ્ઞાનનો વિકાસ થયો હતો અને આવી શસ્ત્રક્રિયાઓ એ સમયે પણ કરવામાં આવતી હતી, જેના માટે વિચારીને પણ આંચકો લાગે છે. આમાં જ માણસના માથાના ઑપરેશન તથા પ્લાસ્ટિક સર્જરી જેવા ઑપરેશન પણ છે. આ ઉપરાંત માણસના શરીરની સંરચનાના માટે તે કાળમાં વૈજ્ઞાનિકોને અસાધારણ માહિતી હતી. ત્યાં સુધી કે માણસના પાચન અને શ્વસન તંત્ર, લોહીનું સંચારણ અને શરીરમાં હાડકાની કુલ સંખ્યા માટેની સારી એવી જાણકારી પણ તે સમયે હતી. તેના માટે આપણે ઘણા સામાન્ય જેવા દેખાતા સાધનોથી અંગવિચ્છેદન કરવું પડતું હશે. પણ તે આથી સફળ થયા કારણ કે તેમની દૃષ્ટિ સંપૂર્ણ રીતે વૈજ્ઞાનિક હતી અને દરેક પળે કંઈક નવું શોધવાની તેમની ધૂનનો કોઈ અંત ન હતો.

આ કારણથી જીવક, ચરક અને સુશ્રુત ભારતીય તબીબી વિજ્ઞાનના એક ઉજ્જવળ હીરા છે, જેમની સંયુક્ત પ્રતિભા દુનિયામાં બીજે ક્યાંય કદાચ જ જોઈ શકાય. આ ત્રણેય મહાન તબીબી વૈજ્ઞાનિકોનો આદર્શ માત્ર માનવસેવા, જેમાં ખબર પડે છે કે ભારતીય જીવન સૃષ્ટિ બીજા કરતાં કેટલી અલગ છે અને અહીંયા વિજ્ઞાન પણ માત્ર ભૌતિક વિકાસ માટે નથી, પરંતુ એ પણ નૈતિક મૂલ્યોથી પ્રેરિત છે અને માણસના આધ્યાત્મિક વિકાસમાં સહાયક છે. આગળ વધીને નાગાર્જુન, વાગ્ભટ્ટ, માધવકર, દ્રધબલ, વૃંદ અને ભાવમિશ્ર જેવા અદ્ભુત રસાયણશાસ્ત્રીઓ અને મહાન તબીબી વિજ્ઞાનીઓએ આ પરંપરાને ઘણી આગળ વધારી અને દુનિયાના કેટલાક દેશોમાં ભારતીય જ્ઞાન-વિજ્ઞાનનો આ વારસો પહોંચ્યો. ત્યાંના વૈજ્ઞાનિકોએ કૃતજ્ઞતા સાથે આ ઋણનો સ્વીકાર કર્યો છે.

ભારત દેશ સદીઓ પહેલાં વિજ્ઞાનમાં કેટલો વિકાસશીલ હતો, આ એનાથી જ જાણી શકાય છે કે સૂર્ય, ચંદ્ર, પૃથ્વી, અંતરિક્ષ વગેરેના વિષયમાં આર્યભટે પોતાના સમયમાં જે સ્થાપના કરી હતી, તે આજે પણ આપણને ચકિત કરે છે. તેઓ પોતાના સમય કરતાં એટલું આગળ વિચારી રહ્યા હતા કે ન માત્ર તેમના સમકાલીન પરંતુ તેમના પછી આવનારા ઘણા વૈજ્ઞાનિકોએ પણ એમનો વિરોધ કર્યો. આર્યભટની એ શોધ કે સૂર્ય પૃથ્વીની પરિક્રમા નથી કરતો પરંતુ પૃથ્વી સૂર્યની ચારે તરફ ચક્કર લગાવે છે, કોઈને અનુકૂળ ન હતું. વરાહમિહિર જેવા મોટા વૈજ્ઞાનિક પણ એ માનવા તૈયાર નહોતા કે પૃથ્વી સ્થિર નથી અને તે સૂર્યની સતત પરિક્રમા કરે છે. તેમણે આ શોધની મજાક ઉડાવી હતી. પણ આર્યભટ સાચા હતા અને પોતાના સમયના હિસાબથી તેમના વિચારો કેટલા ક્રાંતિકારી

હતા કે, આજે આખી દુનિયાના વૈજ્ઞાનિકો એનો સ્વીકાર કરે છે. આવી રીતે વરાહમિહિર, બ્રહ્મગુપ્ત અને ભાસ્કરાચાર્ય જેવા વૈજ્ઞાનિકોએ વિજ્ઞાનની સાથે સાથે ગણિતને લઈને જે આશ્ચર્યજનક શોધ કરી, તે ચોંકાવનારી છે. અંકગણિતની સાથે સાથે રેખાગણિત અને બીજગણિતનું તેમનું જ્ઞાન અને અસાધારણ વિદ્વતા આશ્ચર્યજનક છે. બીજગણિતની જેમ જ ત્રિકોણમિતિ અથવા ટ્રિગ્નોમેટ્રીને જન્મ આપવાવાળો દેશ પણ ભારત જ છે, જેના 'જયા' જેવા શબ્દ જ આગળ ચાલીને 'સાઈન'માં બદલાઈ ગયો. આ દિશામાં ભારતનું મહાન યોગદાનને સંસારના ગણિતજ્ઞ સ્વીકાર કરે છે. આવી રીતે શૂન્યની શોધ ભારતની એક એવી શોધ છે, જેણે વિજ્ઞાન અને ગણિતમાં આધુનિક શોધોના દરવાજા ખોલી દીધા. જો શૂન્યની શોધ ન થઈ હોત, તો એ નક્કી હતું કે આજે આપણે કમ્પ્યુટરનો ઉપયોગ ન કરી રહ્યા હોત. એટલે કે કમ્પ્યુટરની ટેક્નિકલ ભાષામાં શૂન્ય જ સૌથી મોટો ઘટક છે જેનાથી તે વસ્તુઓને પોતાની મેમરીમાં ભેગી કરે છે તથા તેની ઓળખ કરે છે.

એટલું જ નહી, પરંતુ જીવનના દરેક ક્ષેત્રમાં વિશેષતા મેળવવામાં ભારતના વૈજ્ઞાનિકો વધુ વિકાસશીલ હતા. પ્રાચીનકાળમાં ઘોડાનો ઘણો ઉપયોગ થતો હતો અને રાજાઓની અશ્વશાળામાં હજારોની સંખ્યામાં ઘોડા હતા. શાલિહોત્રએ ઘોડાના સ્વભાવ, સારી નસ્લના ઘોડાને પારખવા અને તેમની બીમારીઓ માટે અદ્‌ભુત જાણકારી તેમના ગ્રંથમાં આપી છે. આવી રીતે ભોજ નરહરિએ ભારતના અત્યંત વિશાળ પાણીના જહાજો, તેમની શ્રેષ્ઠ વિવિધતા, તેમની બનાવટ અને તેમાં ઉપયોગમાં આવનારું લાકડું અને અન્ય વસ્તુઓ માટે એટલી ચોક્કસ વૈજ્ઞાનિક માહિતી આપી કે તેને વાંચીને આપણે દાંતો નીચે આંગળી દબાવી લઈએ છીએ. તેને વાંચીને સમજમાં આવે છે કે આ ક્ષેત્રમાં પણ ભારતે પ્રાચીનકાળમાં જ એક મોટી સિદ્ધિ અને કુશળતા મેળવી લીધી હતી અને તે દુનિયાના બીજા દેશોથી ઘણો આગળ હતો. જાણીતા વૈશ્વિક યાત્રિક માર્કો પોલોએ પણ ભારતના પાણીના મોટા જહાજો અને તેમના થકી થતાં વેપારનો ઉલ્લેખ કર્યો છે.

આ પુસ્તકમાં ભારતના એવા જ ૫૧ યુગ પ્રવર્તક વૈજ્ઞાનિકોના જીવન અને તેમના મહત્ત્વના યોગદાન માટે કહેવામાં આવ્યું છે, જેને વાંચીને બાળ અને કિશોર વાચકોને પોતાના દેશની મહાન વૈજ્ઞાનિક પરંપરા માટે જાણકારી મળશે. સાથે જ જાતે તેમની અંદર પણ આ ક્ષેત્રમાં આગળ આવીને કંઈક નવું કરવાનું સ્વપ્ન અને એક નવી હિંમતનો સંચાર થશે. વાંચકોના પત્રની રાહ જોઈશું.

- પ્રકાશ મનુ

અનુક્રમણિકા

૧

મેધાતિથિ

પ્રાચીન વિજ્ઞાનના ગૌરવ-શિખર

(૧૫૦૦ ઈ.પૂ.)

ભારતના સૌથી જૂના વૈજ્ઞાનિકોમાં મેધાતિથિનું નામ સન્માન સાથે લેવામાં આવે છે. મેધાતિથિ પ્રાચીનકાળમાં ઋષિ હતા, જેમના દ્વારા રચવામાં આવેલી ઋચાઓ, ઋગ્વેદ, યજુર્વેદ અને અથર્વવેદમાં મળે છે. આમ તો આ શ્લોકોમાં ભગવાન અને દેવતાઓની સ્તુતિ કરવામાં આવી છે. પણ મુખ્ય વાત એ છે કે મેધાતિથિની ઘણા શ્લોકો એવા છે, જેનાથી ખબર પડે છે તે તેમને અંકગણિતની સારી એવી જાણકારી હતી.

પ્રાચીન ભારતમાં અંકગણિતના એ અદ્ભુત શ્લોક જ છે, જેનાથી ખબર પડે છે કે તે સમયમાં પણ ભારત જ્ઞાન-વિજ્ઞાનમાં કેટલું આગળ હતું. આજે એકથી દસ અબજ સુધી લખવાની જે ભારતીય પદ્ધતિ છે, વૈદિક કાળમાં મેધાતિથિ ન માત્ર એનો સારી રીતે ઉપયોગ કરી રહ્યા હતા, બલ્કે તેના આધાર પર સુંદર કાવ્ય-રચના પણ કરી શક્યા હતા. આ જ કારણથી મેધાતિથિને 'ભારતીય ગણિત અને અંકોના પ્રથમ તપાસકર્તા' કહેવામાં આવે છે.

યજુર્વેદમાં મેધાતિથિના નામથી એક શ્લોક આપવામાં આવ્યો છે, જેમાં ઈંટો દ્વારા ગણતરી કરાઈ છે. આ શ્લોકમાં આંકડાની રમત અથવા ગણતરીનો આનંદ અનોખો છે. સંખ્યાઓના સહારે સીડી દ્વારા સીડી ઉપર ચઢવું, એટલે દસના ગુણાંકવાળી આ ગણતરીના કારણે આ શ્લોક નિશ્ચિતપણે નોંધનીય કહી શકાય છે. પ્રાર્થનાના આ સુંદર શ્લોકનો ભાવાર્થ એ છે કે -

'હે અગ્નિદેવ, આ ઈંટો મારી દૂધ આપતી ગાય સમાન છે. એક અને દસ, સો (૧૦૦) એક હજાર (1000) એક અયુત (૧૦,૦૦૦), એક નિયુત (૧,૦૦,૦૦૦), એક પ્રયુત (૧૦,૦૦,૦૦૦), એક અર્બુદ (૧,૦૦,૦૦,૦૦૦), એક નિયારબુદ (૧૦,૦૦,૦૦,૦૦૦), એક સમુદ્ર (૧,૦૦,૦૦,૦૦,૦૦૦), એક મધ્ય (૧૦,૦૦,૦૦,૦૦,૦૦૦), અને અંત (૧,૦૦,૦૦,૦૦,૦૦,૦૦૦) પ્રારર્ધ (૧૦,૦૦,૦૦,૦૦,૦૦,૦૦૦) થઈ જાય. આ ઈંટો આ સંસાર અને આગળના સંસારમાં પણ મારી પોતાની દૂધ આપતી ગાય થઈ જાય.'

આનાથી ખબર પડે છે કે મેધાતિથિને શૂન્યની જાણકારી હતી. તે સારી રીતે જાણતા હતા કે એક એક શૂન્ય વધવાથી સંખ્યાનું માન વધારી શકાય છે. વધતા-વધતા આ સંખ્યાને એક લાખ કરોડને એક પ્રારર્ધ સુધી લઈ ગયા હતા. વૈજ્ઞાનિકોની શબ્દાવલિમાં લખીએ તો એક પ્રારર્ધનો મતલબ થશે, દસની ઘાત બાર, એટલે કે એક પ્રારર્ધ = ૧૦૧૨. સમગ્ર સંસારમાં ક્યાંય પણ લોકો એ સમયે આટલી મોટી ગણતરીથી પરિચિત નહોતા. તે હજાર, દસ હજાર અથવા એક લાખ સુધી ગણી શકતા હતા, પેણ એનાથી વધુ નહીં. એટલે કે વધુમાં વધુ ૧૦૫ સુધી સંસારના ગણિતશાસ્ત્રી જાણતા હતા, જ્યારે ભારતના વૈદિક ઋષિ અને ગણિતશાસ્ત્રી મેધાતિથિ ૧૦૧૨ સુધી ગણતરી ખૂબ સારી રીતે કરી રહ્યા હતા.

હા, મેધાતિથિ અને તેમના સમયની આ સીમા તો ચોક્કસ છે કે આટલી મોટી સંખ્યાઓને અંકોમાં લખવાની વિધિ તે સમયમાં વલણમાં નહોતી આવી. નાની સંખ્યાઓને તો રેખાઓ અથવા કેટલાક સંકેતો દ્વારા લખવામાં આવતી હતી, પરંતુ મોટી સંખ્યાઓ હજુ શબ્દોમાં જ લખવામાં આવતી હતી. તો પણ મેધાતિથિએ સંખ્યાઓને એટલી સાચી અને સટિક રીતે પોતાના શ્લોકમાં ઉપયોગ કર્યો કે તેમને ભારતીય ગણિત અને આંકડાના શોધકર્તા કહેવું ખોટું નહીં હોય. હજારો વર્ષ પહેલા ભારતે અંકગણિતમાં જે અસાધારણ સફળતા મેળવી હતી, મેધાતિથિ તેના સૌથી પ્રાચીન ગૌરવ-પરાકાષ્ઠા છે.

૨

પતંજલિ

યોગ વિદ્યાના મહાન આચાર્ય

(૨૦૦ ઈ.પૂ.)

પતંજલિ યોગ વિદ્યાના મહાન શોધકર્તા હતા. આ રૂપમાં તેમની ખ્યાતિ અમર છે અને સતત વધતી જ જઈ રહી છે. જો કે પતંજલિથી પહેલા વેદ તથા ઉપનિષદોમાં યોગના માટે ચર્ચા અથવા સૂત્ર મળે છે, પણ યોગના વિષયમાં સંપૂર્ણ ભારતીય ચિંતન અને જ્ઞાનના સારનો એક જગ્યાએ, એક પુસ્તકમાં સામે લાવવાનું અભૂતપૂર્વ કામ પતંજલિએ જ કર્યું. એટલું જ નહીં, પરંતુ યોગના વિષયમાં ઉપનિષદો અથવા અન્ય પ્રાચીન ગ્રંથોમાં અહીં અને ત્યાં વિખેરાયેલા સૂત્રોને સંપૂર્ણ રીતે સામે લાવીને પતંજલિએ પોતાના યોગ-ગ્રંથને એવી સંપૂર્ણતા આપી કે બાવીસ સદીઓ વીતી જવા છતાં આજ સુધી તેની પ્રાસંગિકતા ઓછી નથી થઈ.

યોગના સંબંધમાં પતંજલિની સૌથી મહત્ત્વપૂર્ણ શોધ એ છે કે માણસના મગજની શાંતિનો તેની શ્વસનક્રિયા એટલે કે શ્વાસ લેવાથી સીધો સંબંધ છે. આપણે હંમેશાં જોઈએ છે જે જ્યારે મનુષ્ય શાંત હોય છે, ત્યારે શ્વાસ સમાંતર ગતિથી ચાલી રહ્યો હોય છે. પરંતુ ગુસ્સે થયા હોવ ત્યારે શ્વાસની ગતિ પણ બદલાઈ જાય છે અને તેમાં પણ તીવ્રતા, અસંતુલન અને બળતરાં દેખાવા લાગે છે. જો કે પતંજલિના યોગ દર્શનની સૌથી મહત્ત્વપૂર્ણ સ્થાપના એ છે કે, જો માણસ શ્વાસને

નિયંત્રિત કરી લે છે, તો એનાથી તેના મનની દશા બદલાઈ શકે છે. અને મનની દશા સારી થઈ જાય, તો તેનાથી માણસના સ્વાસ્થ્ય પર સારી અસર પડે છે. એટલે કે યોગ દ્વારા માણસ વિના કોઈ બહારની દવાઓ અથવા ઉપચાર વગર પણ, સ્વાસ્થ્યને સારું કરી શકે છે. એટલું જ નહીં, પણ યોગ દ્વારા શ્વસન ગતિને નિયંત્રિત કરી માણસ ધીમે ધીમે ઊંચામાં ઊંચી ભાવદશાની તરફ ઊઠતો જાય છે અને છેલ્લે તે ભગવાનને મેળવી લે છે અથવો એ સાચી આધ્યાત્મિક અનુભૂતિ મેળવી લે છે.

પતંજલિના પ્રમાણે માણસના મન અને મગજની આ સ્થિતિને તળાવના ઉદાહરણથી સમજાવી શકાય છે. જેમ હવા તળાવના પાણી સાથે છેડતી કરે છે, એવી જ રીતે મનમાં કેટલાક બિનજરૂરી વિચાર ઊઠે છે. પછી તે વિચારોના પ્રત્યાઘાતથી એક પછી એક નવા-નવા વિચારો જન્મ લેતા રહે છે. આ બિનજરૂરી વિચારને રોકીને મનની શક્તિઓને જો ધ્યાન પર લઈ એકાગ્ર કરવામાં આવે, તો તળાવની નીચે શાંત પાણીમાં પડેલા મોતીની જેમ આપણે ભગવાનના એ સાચા ઈશ્વરીય જ્ઞાનને મેળવી શકીશું.

યોગના માટેનું પતંજલિનું આ દર્શન આજે આપણને આથી વધુ આકર્ષક લાગે છે, કારણ કે સુખ-સુવિધાની આ દોડધામમાં ફસાયેલો આજનો માનવી પોતાના મનની શાંતિ ગુમાવી બેસે છે. આ શાંતિ બહારના સાધનો અથવા દવાઓથી મેળવી નથી શકાતી. આને તો યોગ દ્વારા આપણે અંદરથી મેળવી શકીએ છીએ. આ કારણેથી પતંજલિ આજે પણ આપણાં ગુરુ અને માર્ગદર્શક છે.

આ ઉપરાંત પતંજલિનું એક મોટું કામ હતું ચરકના ગ્રંથ ચરક સંહિતા પર ભાષાની રચના કરવાનું. આજે પણ પતંજલિના આ કામને ખૂબ જ સન્માન મળ્યું છે, જેનાથી ચરકના તબીબ સંબંધી વિચારો અધિક સ્પષ્ટરૂપે આપણી સામે આવી શક્યા.

૩

શાલિહોત્ર

પ્રાચીન કાળના વિશ્વપ્રસિદ્ધ પશુ-ચિકિત્સક
(૮૦૦ ઈ.પૂ.)

ભારતના પ્રાચીન તબીબ વૈજ્ઞાનિકોમાં શાલિહોત્રનું નામ પણ ખાસ જાણીતું છે. શાલિહોત્રની ખાસ વાત એ હતી તે પોતાના સમયના ખ્યાતનામ પશુ તબીબ હતા. ખાસ ઘોડા અને તેમના રોગોના માટેની તેમની જાણકારી નોંધનીય અને પૂર્ણ હતી. આજે પણ દુનિયામાં શાલિહોત્રના ગ્રંથનો સન્માનથી ઉલ્લેખ કરવામાં આવે છે.

આ વાત આજે વિચિત્ર લાગી શકે છે, પરંતુ સાચુ એ છે કે આજની સરખામણીમાં પ્રાચીન કાળમાં પશુઓની સારવારના માટેની આપણી જાણકારી કેટલીક વધુ વિકસિત હતી. કદાચ આથી કે ઘોડા, હાથી હોય કે બીજા પશુ, તે માણસના માટે ઉપયોગી તો હતા જ, સાથે જ માણસનો તેમની સાથે એક પ્રકારનો ભાવનાત્મક સંબંધ પણ હતો. આજે મશીન યુગમાં તે સંબંધ બદલાઈ ગયો છે. આથી પહેલા માણસ પશુઓ અથવા તેમના રોગો વગેરે માટે જેટલી ચિંતા કરતો હતો અથવા જેટલો પોતાના જેવું સમજીને વિચારતો હતો, તેવું આજે નથી. તેથી જ પશુ- સારવાર આજે પાછળ પડી રહી છે. તેમના માટે સામાન્ય લોકોની જાણકારી પણ આજે પહેલા કરતાં ઓછી છે. આ કારણથી શાલિહોત્ર અને તેમના ગ્રંથનું મહત્ત્વ કેટલું વધારે વધી જાય છે.

શાલિહોત્રના જીવનના માટે આજે આપણી પાસે વધુ જાણકારી નથી. કહેવામાં આવે છે તે એક બ્રાહ્મણ મુનિ હયઘોષના પુત્ર હતા અને શ્રાવસ્તીમાં રહેતા હતા. તેઓને સુશ્રુત અને અગ્નિવેશના સમકાલીન કહેવામાં આવે છે. આ કારણથી શાલિહોત્ર ઈસા-પૂર્વ આઠમી શતાબ્દીમાં, એટલે કે આજથી ૨૮૦૦ વર્ષ પહેલા થયા હતા.

શાલિહોત્રનું ઘોડાઓ માટેનું જ્ઞાન એટલું અભૂતપૂર્વ હતું કે દૂર દૂર સુધી તેમની ખ્યાતિ ફેલાઈ ગઈ હતી. ઘોડાના રોગો અને તેમને સ્વસ્થ રાખવાના ઉપાયોનું વિસ્તૃત વર્ણન તેમણે પોતાની પુસ્તક 'હય આયુર્વેદ'માં કર્યું છે. આ પુસ્તકની એટલી ખ્યાતિ થઈ કે, જોતજોતામાં શાલિહોત્રનું નામ ભારતના એક ખૂણાથી બીજા ખૂણા સુધી છવાઈ ગયું. ત્યાં સુધી કે વિદેશમાં પણ તેમનું નામ અને ખ્યાતિ પહોંચી. તેમના ગ્રંથ 'હય આયુર્વેદ'ને 'તુરંગમ શાસ્ત્ર' અથવા 'શાલિહોત્ર સંહિતા' પણ કહેવામાં આવે છે.

આ વિશાળ ગ્રંથમાં ૧૨૦૦ શ્લોક છે, જેમાં ઘોડાની જાતિ-પ્રજાતિ, નસલ, ઉંમર વગેરેનું વર્ણન છે અને ઘોડાને સ્વસ્થ બનાવવાની સાથે બે-લગામ ઘોડાને સાધવાના ઉપાયો માટેની વાતો પણ રસપ્રદ રીતે દર્શાવવામાં આવી છે. ઘોડો ખરીદતી વખતે કઈ કઈ સાવધાની રાખવી જોઈએ અથવા કઈ કઈ વસ્તુઓનું ધ્યાન રાખવું જોઈએ, તેના માટે પણ શાલિહોત્ર એક અનુભવી માર્ગદર્શકની જેમ આપણને કામની વાતો બતાવતા રહ્યા છે. આ કારણેથી શાલિહોત્રનો ગ્રંથ 'હય આયુર્વેદ' ભારતીય સંસ્કૃતિ અને તબીબી જગતમાં એક અલગ જગ્યા બનાવે છે. ભારતમાં વૈજ્ઞાનિક દૃષ્ટિ કેટલી વિકસિત હતી, આ એનું એક ઉદાહરણ છે.

આ કોઈ ઓછા ગૌરવની વાત નથી કે 'હય આયુર્વેદ'ને આજે પણ પોતાની રચનાના કોઈ ૨૮૦૦ વર્ષ પછી પણ ઘોડાની સારવાર માટે એક આદર્શ અને પ્રામાણિક ગ્રંથ માનવામાં આવે છે. ફારસી, અરબી અને અંગ્રેજી ભાષામાં ભાષાંતર થઈ ચૂક્યું છે. સમયની સાથે સાથે શાલિહોત્રની નામના વધતી જ જઈ રહી છે. આનાથી તેમના અધ્યયન અને ઊંડાઈ અને પૂર્ણતાની ખબર પડે છે.

૪

કણાદ

ભારતીય પરમાણુવાદના જનક
(૬૦૦ ઈ.પૂ.)

કણાદની ગણતરી સંસારના સૌથી પ્રાચીન વૈજ્ઞાનિક ચિંતકમાં થાય છે. તેમણે 'કણવાદ' અથવા 'પરમાણુવાદ' થકી સંસારની ઉત્પત્તિ અને રચનાને પોતાનો નવો અને અનોખો સિદ્ધાંત આપ્યો, તેની સંપૂર્ણતા આજે પણ આશ્ચર્યચકિત કરે છે. આજે જ્યારે પદાર્થ નાના અવિભાજ્ય અણુઓથી બનેલો હોવાનો સિદ્ધાંત સમગ્ર વિશ્વભરમાં લોકપ્રિય અને સ્વીકૃત છે, કણાદનું મહત્ત્વ વધારે વધી જાય છે. સંસારમાં તેમને પરમાણુ સિદ્ધાંતના 'પિતા' અને શિક્ષકના રૂપમાં યાદ કરે છે.

આમ તો કણાદ એ ચિંતકોમાંથી હતા, જેમના માટે અધ્યાત્મ-દર્શન અથવા વિજ્ઞાનના વચ્ચે કોઈ દીવાલ કે વિભાજન રેખા નહોતી. કણાદ મૂળ તો એક ફિલોસોફર જ હતા. કહેવામાં આવે છે કે, ઉલૂક મુનિના પુત્ર હતા અને ઈસા પૂર્વ છઠ્ઠી શતાબ્દીમાં જન્મ્યા હતા. પ્રસિદ્ધ આચાર્ય સોમશર્માના શિષ્ય કણાદ સાધુ જીવન જીવતા હતા, પરંતુ તે કોઈની પાસે ભિક્ષા નહોતા માંગતા. તેની જગ્યાએ રસ્તામાં પડેલા કણોને વીણી વીણીને એકઠા કરતા અને તેનાથી જ કામ ચલાવતા હતા. આમ ભોજનના કણો એકઠા કરવાને કારણે જ એમનું નામ કણાદ પડ્યું.

કણાદની પાસે આજના વૈજ્ઞાનિકો જેવા કોઈ સાધનો ન હતા. માત્ર પોતાની બુદ્ધિથી જ તે સૃષ્ટિની મૂળ રચનાની જાણકારી મેળવવામાં સફળ થયા. આ રીતે તેમણે એવો સિદ્ધાંત આપ્યો જે આજે પણ સંપૂર્ણ લાગે છે. એના જ

કારણે કણાદને ભારતના મહાન ફિલોસોફર અને વૈજ્ઞાનિક પણ કહેવામાં આવે છે.

કણાદનું કહેવું છે કે વિશ્વની તમામ વસ્તુઓ પરમાણુઓથી બની છે. પરમાણુ શું છે ? એના પર વિચાર કરતા તે કહે છે કે, પરમાણુ કોઈ પદાર્થનું એ નાનામાં નાનું કણ છે, જેને વધુ અલગ નથી કરી શકાતું. કોઈ પદાર્થના પરમાણુમાં તે પદાર્થના તમામ ગુણ, લક્ષણ વગેરે હોય છે. પણ પરમાણુને ઈન્દ્રિય અંગોથી જોવું અથવા અનુભવ નથી કરી શકાતું. આ પરમાણુ કાયમ બે-બેની જોડ બનાવી લે છે. પછી આ જોડી પણ પોતાનામાં એકરૂપ થાય છે અને આ રીતે પદાર્થની રચના થાય છે. જેને આપણે પોતાની આંખોથી જોઈ શકીએ છીએ અથવા હાથો વડે સ્પર્શ અને અનુભવ કરી શકીએ છે.

કણાદે પદાર્થોને નવ તત્વોમાં અલગ કર્યો છે. એ છે - પૃથ્વી, પાણી, પ્રકાશ, વાયુ, આકાશ, સમય અવકાશ, મન અને આત્મા. આમાં પૃથ્વી, પાણી અને વાયુમાં તમામ ઘન, પ્રવાહી અને વાયુના રૂપે હાજર તમામ દ્રવ્ય આવી જાય છે. કણાદ આ તમામ પદાર્થોના અલગ અલગ ગુણોની વાત કરે છે. રંગ, સ્વાદ, ગંધ, સ્પર્શ વગેરેના કારણથી તમામ પદાર્થ અલગ અલગ થાય છે. એક વર્ગના પદાર્થોમાં કેટલાક સામાન્ય ગુણધર્મ પણ હોય છે. એને સામાન્યતા કહેવાય છે. આમ તો દરેક પદાર્થમાં સામાન્યતાની સાથે સાથે પોતાની એક અલગ વિશિષ્ટતા પણ હોય છે.

કણાદનું એ પણ કહેવું હતું કે ઘણી વખત ઉચ્ચ ઊર્જા અથવા ગરમી લાગુ પડે તો પદાર્થના અણુઓમાં ફેરફાર થાય છે. પદાર્થોના આ રાસાયણિક પરિવર્તનને તે 'પાક' શબ્દથી સંબોધિત કરે છે, જેનો અર્થ રસોઈ થાય છે. એનું ઉદાહરણ આપતા કણાદ કહે છે કે, માટીના કાચા વાસણોને જ્યારે અગ્નિ પર રાંધવામાં આવે છે તો તેનો રંગ જ નહીં, પરંતુ ગુણ પણ બદલાઈ જાય છે. કાચી કેરીને જ્યારે ગરમ કપડામાં લપેટીને મુકવામાં આવે છે તો એનો રંગ સ્વાદ વગેરે બદલાઈ જાય છે. આ મૂળભૂત રીતે અણુઓની અંદરની ક્રિયા અથવા બદલાવને કારણે થાય છે.

કણાદની જેમ યૂનાની દર્શનમાં પણ બ્રહ્માંડના આ પરમાણુ રૂપ અથવા કણ-સિદ્ધાંતને લઈને વિચાર પ્રગટ કરવામાં આવ્યા છે. ન્યૂસિફસ અને ડિમોક્રિટ્સે સંસારની રચનાના પોતાના પરમાણુ સિદ્ધાંત સામે મૂક્યા, પરંતુ તેમાં કણાદ જેવી પૂર્ણતા નહોતી. સંસારના વૈજ્ઞાનિક અને ફિલોસોફર આ મામલામાં કણાદને જ દુનિયાની સંરચનાના પરમાણુ સિદ્ધાંતના 'પૂર્વક' માને છે, જેમની ચડિયાતી બુદ્ધિને આજે પણ આપણે માનવી પડે છે.

સાચું તો એ છે કે કણાદને વાંચીને સમજાય છે કે પ્રાચીન કાળમાં ભારત દેશ વૈજ્ઞાનિક સિદ્ધાંતો અને સ્થાપનાઓમાં કેટલી ઊંચાઈ અને સંપૂર્ણતા સુધી પહોંચી ગયો હતો.

૫

જીવક

પ્રાચીન ભારતના મહાન ચિકિત્સાવિજ્ઞાની

(૫૦૦ ઈ.પૂ.)

ભારતના મહાન તબીબી વૈજ્ઞાનિકોમાં જીવકની પણ ગણતરી થાય છે. સાચું તો એ છે કે, તે એમના જીવનમાં સૌથી અલગ નજરે ચઢે છે. અસાધારણ યોગ્યતા અને ગુણોને કારણે સમગ્ર ભારતમાં તેમનું એટલું નામ ફેલાયું કે મોટામાં મોટા રાજા અને ધનવાન વ્યક્તિ પણ એ વાત માટે તરસતા હતા કે જીવક તેમની સારવાર કરે. જ્યારે જીવક એટલા વધુ વ્યસ્ત રહેતા હતા કે દરેક સમયે તેમને અહીંથી ત્યાં દોડવું પડતું હતું. ધનવાન લોકો પાસેથી તેમને વધુ ધન પણ મળતું હતું, પરંતુ ગરીબ અને સાધારણ જનતાથી તે વધુ પૈસા નહોતા લેતા. જીવકની સારવાર કરવાની પદ્ધતિ પણ અનોખી અને અચૂક હતી, જેના માટે એટલી વાર્તાઓ બહાર આવી છે કે, આજે આપણે એને સાંભળીને અચરજ પામીએ છીએ.

જીવકનો જન્મ આજથી અઢી હજાર વર્ષ પહેલા રાજગૃહ (રાજગીર)માં થયો હતો. રાજગૃહ મગધ રાજ્યની રાજધાની હતું. જીવકને રાજગૃહની એક દાસી શાલ્વતીએ જન્મ આપ્યો હતો. જન્મ પછી માટીના ઢગલાં પર તેને ફેંકી દેવાયો હતો. રાજા બિંબસારના પુત્ર રાજકુમાર અભયને એ ખબર પડી, તો તેમણે જીવકનું પાલનપોષણ કરાવ્યું.

મોટા થવા પર જીવકને પોતાના જન્મના વિષયમાં ખબર પડી, તો તેમને ઘણું દુઃખ થયું. તેણે નિશ્ચય કર્યો, ‘હું કંઈક બનીને બતાવીશ, જેનાથી

કોઈ મારા પર હસે નહીં. મોટા મોટા લોકો મારી પણ ઈજ્જત કરે.'

એક દિવસ જીવક રાજકુમારને કહ્યા વગર મહેલમાંથી નીકળ્યો એ લાંબી યાત્રા કર્યા બાદ તક્ષશિલા પહોંચ્યો. તક્ષશિલા એ સમયે વિદ્યાનું બહુ મોટું કેન્દ્ર હતું. ત્યાં કેટલાક વર્ષો સુધી તબીબી વિજ્ઞાનનો ઊંડો અભ્યાસ કર્યો. એક દિવસ તેના ગુરુએ કહ્યું, 'લે, આ પાવડો લઈ લે. ચારે તરફ ફરીને આવ. એવી કોઈ વનસ્પતિ લઈને આવ, જેનો તબીબી વિજ્ઞાનમાં કોઈ ઉપયોગ ન થતો હોય.'

જીવક પાવડો લઈને ચાલ્યા ગયા. દૂર દૂર સુધી ભટક્યા, પણ તેમને એક પણ એવો છોડ ન દેખાયો, જેનો કોઈ ઉપયોગ ન થતો હતો. તેમણે પરત ફરી ગુરુને એ કહ્યું, તો તેમણે કહ્યું, 'જાઓ, હવે તમે આ ક્ષેત્રમાં નિપુણ થઈ ગયા છો.'

ગુરુએ જીવકને થોડું ધન પણ આપ્યું, જેનાથી તેઓ પોતાના ઘરે રાજગૃહ પરત ફરી શકે. અયોધ્યા પહોંચતા પહોંચતા તેમનું ધન ખર્ચ થઈ ગયું. જીવક ચિંતામા પડ્યા, હવે ઘરે કેવી રીતે પહોંચીશ? ત્યારે તેમણે સાંભળ્યું કે એક ધનવાન વ્યક્તિની પત્ની બીમાર છે. મોટા મોટા તબીબો દ્વારા સારવાર કરવામાં આવી, પરંતુ તેઓ સફળ નથી થઈ શક્યા. જીવક પણ ત્યાં પહોંચ્યા. તેમણે થોડા ઘીમાં દવાઓ મેળવી, વધુ ગરમ કર્યા પછી ઠંડુ કરી તે ઘીને રોગી સ્ત્રીના નાકમાં નાંખ્યું. થોડી જ વારમાં તે સ્ત્રીએ ઘીને મોઢાથી થૂંકી દીધું. સાંજ થતાં થતાં તે સ્ત્રી એકદમ સ્વસ્થ થઈ ગઈ.

એક તબીબના રૂપમાં જીવકની પહેલી મોટી સફળતા હતી, જેનાથી તેમની ખ્યાતિ દૂર દૂર સુધી ફેલાઈ. ઘણું ધન તેમને મળ્યું. હવે તે આરામથી પોતાના રાજગૃહ પહોંચી ગયા. ત્યાં તેમને રાજા બિંબસારના રોગની જાણકારી મળી. તે ભગંદરના રોગથી પીડિત હતા. જીવકે એક વખત દવાઓ લગાવીને રોગની સારવાર કરી દીધી, પરંતુ અવંતિના રાજા ચંદ્ર પ્રદ્યોતના મામલામાં અનોખો કિસ્સો થયો. થયું એવું કે તેમના રોગની સારવાર માટે દવાઓમાં ઘી મેળવવું ખૂબ જરૂરી હતું, પરંતુ રાજાને ઘી પસંદ નહોતું. હારીને જીવકે એક નવી રીત શોધી. તેમણે સેવકને બોલાવી રાજાને થોડા સમય પછી દવા આપવા માટે કહ્યું અને પોતે રાજાના હાથી પર બેસી દૂર જતા રહ્યા. જ્યારે રાજાને દવામાં ઘી મેળવ્યું હોવાની ખબર પડી ત્યારે જીવક માઈલો દૂર પહોંચી ગયા હતા. ગુસ્સામાં રાજાએ જીવકને પકડીને લાવવા માટે કહ્યું. સૈનિકોને દોડાવ્યા. પણ આની વચ્ચે રાજાનો રોગ સારો થઈ ગયો, તો તેમણે પોતાનો પહેલો આદેશ પાછો લીધો અને બીજા સૈનિકને મોકલ્યો. તેના હાથે જીવકને પુરસ્કાર પણ મોકલ્યો.

આવી રીતે શસ્ત્રક્રિયાને કારણે પણ જીવકનું દૂર દૂર સુધી નામ હતું.

રાજગૃહમાં એક વેપારીના માથામાં ભયંકર દુઃખાવો હતો. તમામ તબીબો તેમને કહ્યું હતું કે, તેમની બીમારીની કોઈ સારવાર નથી, હવે જલ્દીથી તમારું મૃત્યુ થઈ જશે. પણ જ્યારે તે જીવક પાસે પહોંચ્યો, તો તેમના માથાની શસ્ત્રક્રિયા કરીને તેને સંપૂર્ણ સ્વસ્થ કરી દીધો. આવી રીતે એક રોગીના પેટના આંતરડા ગૂંચવાયા હતા. જીવકે તેના પેટ પર ચીરો પાડ્યો. આંતરડાને બહાર કાઢી ગૂંચવણ દૂર કરી. પછી એને સારી રીતે રાખીને ચામડીને સીવી લીધી અને મલમ લગાવી દીધો. કેટલાક સમય પછી તેનો ઘા રુઝાઈ ગયો અને તે માણસનું દુઃખ પણ દૂર થઈ ગયું.

આવી રીતે જીવકે કેટલીય વખત બુદ્ધના રોગની સારવાર કરી તેમને આરામ આપ્યો. એક વખત ખડગના ટુકડાથી બુદ્ધના પગમાં ગંભીર ઈજા થઈ. જીવકે દવાઓ લગાવીને પટ્ટી બાંધી દીધી. પછી તેઓ બીજા દર્દીઓને જોવા માટે ચાલી ગયા. તેમણે વિચાર્યું કે યોગ્ય સમયે આવી પટ્ટી ખોલી દેશે. પરંતુ તેમને આવવામાં થોડી વાર થઈ. રાત થઈ જવાને કારણે નગરના દ્વાર બંધ થઈ ચૂક્યા હતા અને તે નગરમાં પ્રવેશ નહીં કરી શક્યા.

જીવક મનમાં ને મનમાં અકળાઈ રહ્યા હતા કે પગમાં બાંધવામાં આવેલી પટ્ટીને કારણે મહાત્મા બુદ્ધને કેટલી મુશ્કેલી થઈ રહી હશે. પણ બુદ્ધે માનો કે જીવકની વાત મનમાં જ સમજી લીધી. તેમણે જાતે પટ્ટી ઉતારી દીધી. સવારે આવીને જીવકે એ જોયું તો આશ્ચર્ય ચકિત થઈ બોલ્યા, 'અરે! તમને મારા મનની વાત કેવી રીતે ખબર પડી?'

બુદ્ધ હસ્યા. બોલ્યા, 'જ્યારે રોગી અને તબીબનું મન અલગ અલગ ન રહી એક થઈ જાય ત્યારે એવું થાય છે.'

ખરેખર જીવકે બુદ્ધના ઉપદેશોને પોતાના જીવનમાં ઉતારી લીધા હતા. અસંખ્ય દર્દીઓને દુઃખથી મુક્તિ આપી તેમણે આ સંસારનું દુઃખ ઓછું કરવાનું કામ કરવામાં જ પોતાનું આખું જીવન લગાવી દીધું. સાથે જ જીવક આ કારણે આદર્શ હતા કે, તેમને વાંચીને સમજી શકાય છે કે એક સારા તબીબ કેવી રીતે સજાગ, સંવેદનશીલ અને બીજાના સુખ-દુઃખ સાથે ઊંડાણપૂર્વક જોડાયેલા હોવા જોઈએ.

સેવા અને ત્યાગ વગર કોઈ સારો તબીબ નથી બની શકતો. આથી જન્મના અઢી હજાર વર્ષ પછી પણ જીવક આપણને યાદ આવે છે અને આજે પણ આપણે આદર સાથે તેમની આગળ શીશ નમાવીએ છીએ.

૬

ચરક

પ્રાચીન ભારતના મહાન ચિકિત્સાવિજ્ઞાની

(૫૦૦ ઈ.પૂ.)

ચરક એક મહાન તબીબી વૈજ્ઞાનિક હતા. ભારતના તબીબી વિજ્ઞાનીઓમાં બહુ આદરથી તેમનું નામ લેવામાં આવતું હતું. તેમની સારવાર સંબંધી પુસ્તક 'ચરક સંહિતા'ને આજે પણ મોટું સન્માન પ્રાપ્ત છે. એનું મહત્ત્વ એનાથી જ સમજી શકાય છે કે, પતંજલિએ એમની ટીકા લખી હતી. પતંજલિ ઈસાથી આશરે ૨૦૦ વર્ષ પહેલા થયા હતા. એનાથી ખબર પડે છે કે ચરક ઈસાથી કેટલીક શતાબ્દી પહેલા થયા હતા.

'ચરક સંહિતા' એક મોટો ગ્રંથ છે. આનાથી પ્રાચીનકાળમાં તબીબી શાસ્ત્રની આપણને સાચી અને વ્યાપક માહિતી મળે છે. આનાથી એ અંદાજ લગાવવો મુશ્કેલ નથી કે તે સમયમાં ભારતીય તબીબી વિજ્ઞાન કેટલું આગળ હતું અને તેમાં સતત નવી શોધ કરવાનો ઉત્સાહ હતો, જેનાથી માણસના જીવનને સુખી અને નિરોગી બનાવી શકાતું હતું.

આ સિવાય 'ચરક સંહિતા'થી આપણને એ પણ ખબર પડે છે કે તે સમયે તબીબોના આદર્શ શું હતા. 'ચરક સંહિતા'માં તબીબોના આદર્શની ચર્ચા કરતા લખાયું છે કે તેમણે જૂઠું ન બોલવું જોઈએ. અભિમાન ન રાખવું જોઈએ. પોતાની રોજગારીની ચિંતા કર્યા વગર રોગીને રાહત પહોંચાડવાનો દરેક સંભવ પ્રયાસ કરવો જોઈએ. સાથે એ પણ કહેવામાં આવ્યું છે કે, રોગીને જોવા જતા

સમયે તબીબનું ધ્યાન માત્ર રોગી પર રહેવું જોઈએ, ઘરની બીજી વસ્તુ પર તે ધ્યાન ન આપે. એક સારા તબીબની વિશેષતા એ પણ બતાવવામાં આવી છે કે તેણે પોતાના જ્ઞાનની બડાઈ ન મારવી જોઈએ!

ચરકે પોતાની પુસ્તકમાં માણસની શરીર-રચના માટે ઘણી બધી વાતો સમજાવી છે. આજે તબીબી વિજ્ઞાન માટે આપણું જ્ઞાન ઘણું વધી ગયું છે. અનેક ટેક્નિકલ સાધનો અને ઝીણા સાધનો પણ આજના વૈજ્ઞાનિકોની પાસે છે, જેનાથી રોજ નવી શોધ કરવામાં આવી રહી છે. પણ આ જોઈને આશ્ચર્ય થાય છે કે આજથી આશરે ૨ હજાર વર્ષ પહેલા, જ્યારે સારવારના સામાન્ય સાધનો પણ ઉપલબ્ધ નહોતા, ચરકે કેવી રીતે માણસની શરીર-રચનાના માટે આટલી બધી વાતો જણાવી હતી અને આટલી સાચી બતાવી.

આવી રીતે ચરકના તબીબી પુસ્તકમાં વનસ્પતિઓ માટે પણ અદ્ભુત જાણકારી છે. માણસના રોગોને દૂર કરવામાં તે મુખ્યરૂપે વનસ્પતિઓની જ મદદ લેતા હતા. તેમણે તેને અલગ અલગ ભાગોમાં વહેંચી, તેના ગુણ અને વિશેષતાઓનું વિસ્તારથી વર્ણન કર્યું છે. આ વર્ણન એટલું અનોખું છે કે ચરકના ઊંડાણપૂર્વક કરેલા અભ્યાસ અને શોધોને આજે પણ આપણે ખાતરીપૂર્વક માનવી પડે છે. સાથે જ આનાથી એ પણ ખબર પડે છે કે પ્રાચીન તબીબી વિજ્ઞાન પ્રકૃતિથી એકદમ નજીક હતું. તેમાં પ્રકૃતિના અનન્ય આશીર્વાદનો ઉપયોગ હતો. આથી તેને એક અર્થમાં પ્રાકૃતિક ચિકિત્સા વિજ્ઞાન પણ કહી શકીએ છીએ.

આ ઉપરાંત ચરકના આ ગ્રંથનું મહત્ત્વ આજે આથી પણ છે કે આનાથી તે સમયના માણસોની આદત, રહેણી-કરણી, વેશભૂષા વગેરે માટે કેટલીક રસપ્રદ માહિતીની ખબર પડી. આનાથી તે કાળની સંસ્કૃતિની એક સાચી અને પ્રામાણિક તસવીર આપણી આંખોની સામે તરવરે છે.

આજે પણ પ્રાચીન ભારતીય તબીબ વિજ્ઞાનના વિષયમાં કોઈ વાત ઊઠે છે, તો ચરકનું નામ લીધા વિના એ પૂર્ણ નથી થતી. તે ભારતીય તબીબી વિજ્ઞાનના સૌથી મોટા આદર્શ હતા અને રહેશે. ચરકને વાંચીને સમજી શકાય કોઈ પણ તબીબનો ઉચ્ચ આદર્શ શું છે? જો તે માનવ સેવાના ઉચ્ચ આદર્શોને ભૂલી જાય છે, તો પોતાની તમામ દક્ષતા અને ટેક્નિકલ કુશળતા હોવા છતાં તે સારા તબીબ તો ન જ કહી શકાય. ચરકને યાદ કરવાથી જ માનો ભારતીય તબીબી વિજ્ઞાનનો પૂરો ગૌરવપૂર્ણ ઇતિહાસ આંખોની સામે આવી જાય છે. આનાથી ખબર પડે છે કે ભારતીય તબીબી વિજ્ઞાનમાં ચરકનું યોગદાન કેટલું મોટું અને મહત્ત્વનું છે.

૭

સુશ્રુત

પ્રાચીન ભારતના મહાન શલ્યવિજ્ઞાની

(૬૦૦ ઈ.પૂ.)

સુશ્રુત ભારતના મહાન સર્જન છે. પ્રાચીન ભારતમાં સર્જરીના ક્ષેત્રમાં જેટલી ખ્યાતિ સુશ્રુતને મળી, એટલી કદાચ બીજા કોઈને નથી મળી. જો કે સાચું તો એ છે કે પ્રાચીનકાળમાં ભારતની શસ્ત્ર સારવાર અનેક ઊંચાઈ સુધી પહોંચી હતી. એની ઓળખ સુશ્રુતથી થાય છે.

ખાસ વાત એ છે કે સુશ્રુત જેટલા સારા ચિકિત્સક હતા, તેટલા જ સારા પ્રાધ્યાપક પણ હતા. તેઓ એકદમ ધીરજ સાથે પોતાના વિદ્યાર્થીઓને માણસના શરીરની રચનાની ઝીણવટભરી બાબતો સમજાવતા. તેમને સર્જરી માટે પણ કહેતા હતા. પછી તેમને સર્જરી શીખવાડતા પણ હતા. એની પણ એક અનોખી રીત તેમણે શોધી લીધી હતી. પહેલા તેઓ કેટલાક ખાસ શાકભાજી, પાણીથી ભરેલા ચામડાના થેલા વગેરે પર ચીરો લગાવવાનું શીખવાડતા હતા. ખોટા જાનવરોના શરીર પર પટ્ટી બાંધતા શીખવાડતા હતા. પછી ધીમેધીમે વિદ્યાર્થીઓની પ્રતિભાથી સંતુષ્ટ થઈને, તેમને માનવ શરીર પર સર્જરી કરવાની પરવાનગી આપતા હતા.

સુશ્રુતે એવી કેટલીક સર્જરી કરી, જેના માટે સાંભળીને આજે પણ આપણે આશ્ચર્ય ચકિત થઈ જઈએ. શરીરના આંગોને કાપવા, ચીરો લગાવવો, હાડકાને જોડવા, નાકની પ્લાસ્ટીક સર્જરી કરવી, મોતિયાનું ઑપરેશન અથવા ઑપરેશન કરી મૂત્રાશયમાંથી પથરી કાઢવા જેવા પણ એવા ઑપરેશન છે જે આજે ભલે ખાસ ન સમજાવામાં આવતા હોય, પણ સુશ્રુતના કાળમાં એનું હોવું એ કોઈ અજાયબીઓથી ઓછું નથી લાગતું.

કપાયેલા નાકની જગ્યાએ નવું નાક કેવી રીતે લગાવી શકાય, એનું સુશ્રુતે એટલું લાબું અને એક એક પળનું એટલું સજીવ વર્ણન કર્યું છે કે, જાણે આપણે કોઈ સર્જરીને પોતાની આંખોની સામે કોઈના શરીર પર નાક જોડતા જોઈ રહ્યા હોઈએ. એટલું જ નહીં, જરૂર પડવા પર નાકને લાંબું કરવું એ ફરી કાપીને નાનું કરવાની કળા પણ સુશ્રુત પાસે હતી. આનાથી ખબર પડે છે કે માણસના શરીરની રચના અંગેની તેમની જાણકારી અદ્‌ભુત હતી, સર્જરીનું તેમનું વ્યાવહારિક જ્ઞાન પણ કમાલનું હતું. આ કિસ્સામાં તેઓને પોતાના યુગમાં જ નહીં, પરંતુ આવનારા અનેક યુગો સુધી મહાજ્ઞાની, એટલે કે ગુરુઓના ગુરુ માનવામાં આવ્યા છે. અલબત્ત! તેમના વ્યાવહારિક અનુભવોની સિદ્ધતા પણ હતી, જેનાથી તેમની સર્જરીને કલ્પના બહારની ઊંચાઈ મળી.

આવી જ રીતે સુશ્રુત પેટનું ઑપરેશન પણ કરતા હતા. આંતરડામાં ઘા થઈ જાય પરંતુ તેમને ફરી પાછા જોડવા માટે તેમણે અનોખો પ્રયોગ શોધ્યો હતો. તે આંતરડાના છેડાને એક-બીજાની નજીક લાવી મોટી કીડીઓને ત્યાં છોડી દેતા હતા. આ કીડીઓ આંતરડાના છેડાને કાપતી હતી અને તેમને મજબૂતીથી પકડી લેતી હતી. ત્યારે સુશ્રુત કીડીઓના શરીરને કાપી દેતા હતા. આનાથી કીડીઓ શરીરને નુકસાન ન પહોંચાડી શકે અને આંતરડા મજબૂતીથી જોડાઈ જતા હતા, જાણે મજબૂત હૂકથી બાંધી દીધા હોય. આના સિવાય દોરા અથવા અન્ય કોઈ વસ્તુથી આંતરડાને બાંધી શકાય, તો તે સંકોચાઈ જાય. આ કારણથી સુશ્રુતે આ અનોખી રીત કાઢી હતી, જેને આજે પણ સર્જરીમાં ક્યાંકને ક્યાંક ઉપયોગમાં લેવામાં આવે છે.

આના સિવાય સુશ્રુતે એ વાતનું પણ ઘણા વિસ્તારથી વર્ણન કર્યું કે ઋતુઓ માણસના શરીર પર કેવો પ્રભાવ પાડે છે અથવા કઈ ઋતુમાં શું સાવધાની રાખવાની જરૂર છે અથવા કયા કયા શાકભાજી વગેરેનો ઉપયોગ કરવો જોઈએ. અલગ અલગ દિશાઓમાંથી આવનારા પવનનો મનુષ્ય શરીર પર કેવો પ્રભાવ પડે છે, આનું પણ સુશ્રુત દ્વારા રસપ્રદ વર્ણન કરવાં આવ્યું છે. સુશ્રુતે વનસ્પતિઓ અને જંતુ જગતના પણ તેમના સામાન્ય ગુણોના આધારે અલગ અલગ શ્રેણીમાં વિભાજિત કર્યા છે.

આ સુશ્રુતના ગંભીર અધ્યયનનું પ્રમાણ છે કે તેમની મોટાભાગની બાબતો આજે પણ સાચી લાગે છે. તેમની કેટલીક વાતો આજે ભલે અધૂરી અથવા ખોટી સાબિત થઈ જાય, પણ આનાથી એટલું તો ખબર પડે છે કે ઘણા સીમિત અને એકદમ સારા સાધનો હોવા છતાં, તેમનામાં અદ્‌ભુત પ્રતિભા હતી. તેમણે માત્ર યંત્રથી જ નહીં, મગજથી પણ યંત્રોનું કામ લીધું. આનાથી તેમણે જ્ઞાન મેળવ્યું અને અનોખી શોધો કરી, તે આગળ સદીઓ સુધી માણસોને પ્રેરણા આપતી રહેશે.

૮

આર્યભટ

ભારતના મહાન ગણિતજ્ઞ અને વિદ્વાન

(૪૭૬ ઈ.પૂ.)

પ્રાચીન ભારતના મહાન વિદ્વાનમાં આર્યભટની ગણતરી થાય છે. તે બહુ જ મોટા ગણિતશાસ્ત્રી તો હતા, કાળને માપવાની અનોખી પદ્ધતિ પણ તેમણે શોધી હતી. ચંદ્રગહણ માટે કહેવામાં આવતી ઘણી બધી કાલ્પનિક વાતોનું પણ ખંડન કર્યું, તેમણે પોતાની તાર્કિક વૈજ્ઞાનિક વ્યાખ્યા કરી. આનાથી ઘણા લોકો આર્યભટના વિરોધી થઈ ગયા. વૈજ્ઞાનિક સત્યની શોધમાં લાગેલા આર્યભટે આની કોઈ ચિંતા કરી નહીં અને એ જ કહ્યું જે તેમને સારું લાગ્યું. આ કારણે જ પ્રાચીન ભારતના મહાન વૈજ્ઞાનિક અને ગણિતશાસ્ત્રીમાં તેમની ગણતરી થાય છે.

આર્યભટનો જન્મ આશરે દોઢ હજાર વર્ષ પહેલા થયો હતો. તેમના જન્મ સ્થાનને લઈ મતભેદ છે. કેટલાક લોકોનું કહેવું છે કે, તેમનો જન્મ કુસુમપુરમાં થયો હતો, જ્યારે કેટલાક અન્ય વિદ્વાનો તેમના જન્મસ્થળને પાટલિપુત્ર માને છે.

આર્યભટના સમયને જોતા, તેમના વિચાર વધુ પડતા ક્રાંતિકારી જણાતા હતા. તે સાચા વિચારક, તર્કશાસ્ત્રી અને વૈજ્ઞાનિક હતા અને તે પોતાના સમયમાં અન્ય વૈજ્ઞાનિકોથી ઘણા આગળ હતા. આર્યભટના વિચાર અને સ્થાપનાઓ તેમના દ્વારા લખાયેલા ગ્રંથોમાં છે. તેમણે કુલ ત્રણ ગ્રંથોની રચના કરી હતી, 'આર્યભટીય' 'દવા-દેશિકા સૂત્ર' અને 'આર્યાષ્ટ શત'. એમાં 'આર્યભટીય'માં આર્યા છંદમાં ૧૦ શ્લોક છે. 'દસ-દેશિકા સૂત્ર'માં તેમણે પોતાની ગણવાની સિસ્ટમ વિશે જણાવ્યું છે. ત્રીજા ગ્રંથ 'આર્યાષ્ટ શત'માં ૧૦૮ શ્લોક છે, જેમાં ગણિત, ભૂગોળ અને સમયને માપવાની વિધિનું વર્ણન છે.

આર્યભટ જેટલા મોટા ગણિતશાસ્ત્રી અને જ્યોતિષાચાર્ય હતા, તેટલા જ મોટા વૈજ્ઞાનિક પણ હતા. ચંદ્રગ્રહણ માટે અત્યાર સુધી એવું કહેવામાં આવતું હતું કે રાહુથી ગ્રસિત થવાને કારણે ચંદ્રમાને ગ્રહણ લાગે છે. પણ આર્યભટે એ માનવાની સ્પષ્ટ ના પાડી દીધી. તેમણે અત્યંત તાર્કિક રીતે ચંદ્રગ્રહણની વ્યાખ્યા કરતા કહ્યું કે સૂર્ય અને ચંદ્રમા વચ્ચે પૃથ્વીના આવવાને કારણે સૂર્યનો પ્રકાશ ચંદ્રમા સુધી નથી પહોંચી શકતો આથી ચંદ્રગ્રહણ થાય છે. આજથી દોઢ હજાર વર્ષ પહેલા તેમણે આ વૈજ્ઞાનિક સત્યને જાણી લીધું હતું અને તેમણે મોટા સાહસ સાથે કહ્યું હતું. કહેવામાં આવે છે કે ચંદ્રગ્રહણની તેમની વ્યાખ્યા પૂર્ણ રીતે વૈજ્ઞાનિક હતી અને તેનાથી ખબર પડે છે કે પ્રાચીન કાળમાં ભારત વૈજ્ઞાનિક શોધમાં ખરેખર વિશ્વગુરુ દેશ હતો.

આર્યભટ સારી રીતે જાણતા હતા કે ચંદ્રમા પાસે પોતાનો પ્રકાશ નથી. તે સૂર્યના પ્રકાશથી જ ચમકે છે. આવી રીતે સૂર્યના કારણે જ પૃથ્વી પર દિવસ-રાત થાય છે અને ઋતુઓ બદલાતી રહે છે, આ સત્યને પણ તેમણે અંતરિક્ષના પોતાના વૈજ્ઞાનિક અધ્યયનથી જાણી લીધું હતું અને અત્યંત પ્રભાવશાળી રીતે વ્યક્ત પણ કર્યું હતું.

કહેવામાં આવે છે કે, આ મામલામાં આર્યભટ પોતાના સમયથી ઘણા આગળ હતા. એક એવા સમયમાં જ્યારે ગ્રહોની સ્થિતિ વગેરેનું અધ્યયન કરવા માટે સાધન આપણી પાસે વધારે નહોતા અને માત્ર પોતાની આંખોથી જ જોવાનું અને તપાસવાનું થતું હતું, આર્યભટની અત્યંત વૈજ્ઞાનિક શોધો આશ્ચર્યચકિત કરે છે.

આશ્ચર્ય એ વાતનું પણ છે કે આર્યભટ પછી આ ક્ષેત્રમાં કામ કરવાવાળા વિદ્વાનોએ તેમની આ વૈજ્ઞાનિક શોધોને આગળ વધારવાની જગ્યાએ, પાછળ મોકલવાનું પસંદ કર્યું. એટલું જ નહીં, તેમણે આર્યભટની નિંદા પણ કરી. આર્યભટ પછી અંદાજે સો વર્ષો પછી જન્મેલા વરાહમિહિર અને બ્રહ્મગુપ્તે આર્યભટના ચંદ્રગ્રહણ સંબંધી સિદ્ધાંતની કડક શબ્દોમાં ટીકા અને નિંદા કરી. તેમનું કહેવું હતું કે આર્યભટે ચંદ્રગ્રહણની પોતાની નવી સ્થાપના કરી, ભારતીય પરંપરા અને દંતકથાઓનું અપમાન કર્યું.

સાચું તો એ છે કે ચંદ્રગ્રહણ માટેની આર્યભટની શોધથી પુરોહિતો નારાજ હતા. આ કારણે વરાહમિહિર અને બ્રહ્મગુપ્ત જેવા જ્ઞાની લોકો પણ તેમનાથી આતંકિત થઈને સાચી વાત કહેવાનું સાહસ ન કરી શક્યા. જ્યારે આર્યભટ સાચા સત્ય શોધનારા વૈજ્ઞાનિક હતા, જેમણે માત્ર સત્યનો પાયો પકડ્યો અને પુરોહિતોની પરવાહ ના કરી.

આ સાહસ આર્યભટને કેટલાય વધુ મોટા અને મહાન વૈજ્ઞાનિક સાબિત કરે છે. આજે આપણે જાણીએ છીએ કે આર્યભટ સાચા હતા અને પોતાના વર્ષો બાદ જન્મ લેનારા વિદ્વાનોથી ઘણા આગળ સુધીનું વિચારતા હતા. આનાથી આ મહાન સત્યશોધક વૈજ્ઞાનિક માટે આપણાં મનમાં સન્માન ઘણું બધું વધી જાય છે.

૯

ખન

પ્રાચીન ભારતની અદ્‌ભુત મહિલા વૈજ્ઞાનિક
(૫૦૦ ઈ.પૂ.)

પ્રાચીન કાળમાં ભારતીય વિજ્ઞાનના વિકાસમાં મહિલાઓએ પણ યોગદાન આપ્યું, ભલે તેમની સંખ્યા ઘણી વધારે નથી. ખન પણ પ્રતિભાશાળી મહિલા વૈજ્ઞાનિકોમાંથી એક હતી. દુર્ભાગ્યથી ખનના જીવનના વિશે વધારે જાણકારી આજે આપણી પાસે નથી, પણ તેમના દ્વારા રચવામાં આવેલી ઘણી સુંદર કહેવતો આજે આપણને મળે છે, જેનાથી તેમની પ્રતિભાનો પરિચય મળે છે. ખનની વધુ પડતી કહેવતો ખેતીને લઈને હતી અને તે બંગાળની ધરતી પર વધુ યર્થાથ થાય છે. આનાથી અંદાજો લગાવી શકાય છે કે, તેઓ બંગાળની રહી હશે. ખન કદાચ છઠ્ઠી સદીમાં અસ્તિત્વમાં હતી.

ખનની વધુ પડતી કહેવતો ખેતીને લઈને છે અને તે એટલી ચોક્કસ અને અધિકૃત છે કે આજે પણ તેનાથી ઘણુ બધું શીખી શકાય છે. ઉદાહરણ તરીકે તેઓ કહે છે કે સૌથી શ્રેષ્ઠ ખેતી એ છે, જેમાં કુટુંબના સભ્યો સાથે મળીને ખેતી કરે છે. બીજાથી કરાવવામાં આવેલી ખેતીથી પાક અડધો અને અધૂરો મળે છે. આવી રીતે જ વરસાદને લઈને તેમણે ઘણી વાતો કરી છે. ક્યારે વરસાદનું પડવું સારું છે અને ક્યારે નહીં, એને લઈને તે કહે છે કે અગ્રહાયણમાં વરસાદ પડે તો રાજાએ પણ ભીખ માંગવી પડે છે. એવી જ રીતે તેમનું કહેવું છે કે જો અષાઢના કૃષ્ણપક્ષમાં નવમા દિવસે વધુ વરસાદ હોય, તો સારસે સમુદ્રના તળિયે ચાલવું પડે, એટલે કે ભયંકર મોટો દુકાળ પડશે.

પણ જો આ દિવસે સામાન્ય વરસાદ થાય, તો વર્ષ સુધી એટલો બધો વરસાદ થતો રહેશે કે માછલીઓ પર્વતોના શિખર પર જઈને વસશે.

જમીનને ખેડવી અને પાકની વાવણીને લઈને પણ ખને કામની વાતો કહી છે. તેમનું કહેવું છે કે મૂળા માટે જમીનને ૧૦ વખત ખેડવી જોઈએ, તેથી જમીન રૂ જેવી મુલાયમ થઈ જાય, પણ પાન માટે ખેડવાની બિલકુલ જરૂર નથી. પૂનમ અને અમાસના દિવસે હળ ચલાવવાને ખન સારું નહોતી માનતી. તેમનું કહેવું હતું કે આનાથી ઘરમાં અશાંતિ થાય છે, ત્યાં સુધી કે સર્વનાશ પણ થઈ શકે છે.

ખનનું કહેવું છે કે ધાન્યને અષાઢ મહિનામાં વાવવું જોઈએ, શ્રાવણ અથવા ભાદરવામાં નહીં. વટાણાને આસો-કારતકમાં તથા સરસિયાને શરદ ઋતુના અંતમાં વાવવું જોઈએ. તેમની ખેડૂતોને સલાહ છે કે તેમણે ચોપાટની રમત છોડીને વૈશાખ અને જેઠમાં હળદર વાવવી જોઈએ અને અષાઢ મહિનામાં માટીની નિંદામણ કરવી જોઈએ, જેનાથી તે પૂર્ણ રીતે ખેતીને લાયક થઈ જાય છે

ખનનો વાત કહેવાનો અંદાજ એકદમ અનોખો હતો અને તેમાં એક નવો જ દંભ છે, જેનાથી તેમની કહેવતો જન જનના હૃદયનો હાર બની ગઈ. આજે પણ લોકો વાત વાતમાં એનો ઉલ્લેખ કરે છે. ખનની મજાકવૃત્તિ પણ આ કહેવતોથી ખબર પડે છે. ઉદાહરણ તરીકે એક જગ્યાએ એ કહે છે કે શ્રાવણમાં પાન વાવવાથી એટલી અધિક માત્રામાં પાક થશે કે રાવણ પણ એને નહીં ચાવી શકે!

એ સ્પષ્ટ છે કે, ખનની વાતોમાં ખેતીનું ઉપયોગી જ્ઞાન જ નહીં, તેમની ઊંડાણપૂર્વકની સમજણ, કવિતા-કળા અને ખંતનો તે પાઠ પણ છે, જેનાથી ક્યાંકને ક્યાંક એક આદર્શ ખેડૂત-જીવનની કલ્પના પણ છુપાયેલી છે. આથી ખનની કહેલી વાતોને આજે પણ પ્રેમથી યાદ કરવામાં આવે છે.

૧૦

વરાહમિહિર

ખગોળવિજ્ઞાનના મહાન આચાર્ય

(૪૯૯ ઈ.પૂ.)

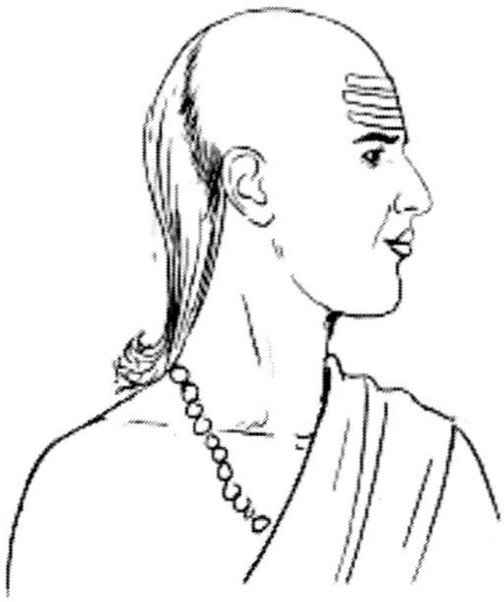

વરાહમિહિર પ્રાચીન ભારતના મહાન ખગોળશાસ્ત્રી હતા, જેમની પ્રતિભા અને જ્ઞાનનો આજે પણ આપણે આદર કરીએ છીએ. આજે ગણિત જ્યોતિષ અને ફળદાયી જ્યોતિષ માટે આપણી જે જાણકારી છે, તેના માટે ખગોળશાસ્ત્રના અન્ય વિદ્વાનો સાથે સાથે આપણે વહારમિહિરના પણ ઋણી છીએ.

વરાહમિહિરનો જન્મ પાંચમી શતાબ્દીના અંતમાં ઉજ્જૈન નગરમાં થયો હતો. તેમના પિતાનું નામ આદિત્યદાસ હતું. વરાહમિહિર બહુ ધુની અને વાંચનપ્રિય હતા. તેમની વિદ્વત્તાની કીર્તિ ચારે બાજુ ફેલાઈ ગઈ. તેમણે ખગોળથી સંબંધિત પોતાની શોધ સામે મૂકી, જેનાથી તેમની ઊંડાણપૂર્વકની સૂઝની ખબર પડે છે.

વહારમિહિરે સાફ શબ્દોમાં કહ્યું હતું કે, પૃથ્વી ગોળાકાર છે. પરંતુ ગોળામાં કોઈ સ્થાન ઊંચું, કોઈ સ્થાન નીચું માલૂમ પડે છે. તો શું પૃથ્વી પર કોઈ સ્થાન ઊંચું, કોઈ નીચું છે? વરાહમિહિર આ સવાલનો જવાબ ખૂબ સરસ રીતે આપે છે. તેમનું કહેવું હતું કે પૃથ્વી પર રહેનારા લોકોમાં ન કોઈ ઊંચું છે, ન નીચું. કદંબના વૃક્ષની શાખાઓનું ઉદાહરણ આપતા કહે છે કે, કદંબ વૃક્ષની કોઈ ડાળી પર દરેક તરફ ફૂલ ખીલેલાં હોય છે. આપણને તે ઉપર-નીચે જણાઈ રહ્યા છે. પરંતુ ડાળીના સંદર્ભમાં જોઈએ, તો સાચું એ છે કે દરેક ફૂલ ડાળી ઉપર

ખીલ્યું છે. સાચે આ જ હાલત પૃથ્વી પર રહેનારા જીવોની છે. તે તમામ પૃથ્વીની ઉપર છે અને તે બધાને પોતાનું આકાશ છે. આથી ઊંચા-નીચા નથી, પરંતુ એક ધરતી પર છે.

વરાહમિહિરની આ વાત પૂરી રીતે સાચી છે. પણ પૃથ્વી અને અન્ય ગ્રહની ઝડપને લઈને તેમનાથી એક મોટી ભૂલ પણ થઈ. ખરેખરમાં વરાહમિહિર પૃથ્વીને સ્થિર માનતા હતા. તેમનું કહેવું હતું કે પૃથ્વી સ્થિર છે અને સૂર્ય, ચંદ્રમા તથા અન્ય ગ્રહો તેમની પરિક્રમા કરે છે. પૃથ્વીમાં ગતિ છે કે તે ફરે છે, વરાહમિહિર આનો સ્વીકાર નહોતા કરી શક્યા. તેમનો આ વિશે વિચાર થોડો વિચિત્ર જેવો હતો કે જો પૃથ્વી ફરતી હોય, તો તે પક્ષી જે પશ્ચિમની તરફ ઊડી રહ્યું છે, તરત જ પોતાના માળામાં પાછું ન આવી શકે. તે એ નહોતા સમજી શક્યા કે પૃથ્વી ફરે છે તો તેના ગુરુત્વાકર્ષણથી બંધાયેલા એ પક્ષી પણ તો સાથે સાથે ફરી રહ્યા છે અને પૃથ્વીના સંદર્ભમાં તેની સ્થિતિ એક સમાન અથવા સ્થિર રહે છે.

વરાહમિહિરની ખ્યાતિનો એક મોટો આધાર તેમનો પ્રસિદ્ધ ગ્રંથ 'પંચસિદ્ધાંત' છે. આ ભારતીય ખગોળશાસ્ત્રનો એક અત્યંત રોચક અને મહાન ગ્રંથ છે. આ ગ્રંથમાં વરાહમિહિરે તે સમયના ખળોગના પાંચ મુખ્ય સિદ્ધાંતો પોલિશ, રોમક, વસિષ્ઠ, સૂર્ય અને પિતામહ જેવા સિદ્ધાંતો માટે ખૂબ જ વિદ્વત્તાપૂર્વક જાણકારી આપી હતી. તેમાં સૂર્ય સિદ્ધાંતને જ સૌથી વધુ માન્યતા મળી શકી છે. વરાહમિહિરે સૂર્ય સિદ્ધાંત માટે આર્યભટ્ટના વિચારોમાં જ થોડું સંશોધન કરી એને નવું રૂપ આપ્યું.

વરાહમિહિરની એક ખાસિયત એ હતી કે તે ઘણાં શિક્ષિત હતા. તેમણે ખગોળના પોલિશ અને રોમક નામના જે સિદ્ધાંતોની ચર્ચા કરી છે, તે સિકંદરિયા અને રોમના ખગોળ સિદ્ધાંતોના આધારિત કહી શકાય છે. આવી રીતે વરાહમિહિર પર સ્પષ્ટપણે યૂનાની પ્રભાવ પણ હતો. એક જગ્યા પર તેમણે એ વાતની પ્રશંસા પણ કરી છે કે યૂનાની લોકોમાં અન્ય દોષો ભલે હોય, પણ વિજ્ઞાનમાં તેઓ પારંગત હોય છે.

'પંચસિદ્ધાંત' સિવાય પણ વરાહમિહિરની એક મુખ્ય પુસ્તક 'બૃહદ સંહિતા'. એના એક ભાગમાં તેમણે ખેતી માટે ઘણી ઉપયોગી અને કામની વાતો લખી છે. સારા ફળ અને ફૂલ વાવવા માટે તેમણે ખાતરના મહત્ત્વને પણ માન્યું હતું. સાથે જ છોડને કેવી રીતે લગાવી શકાય અને તેમાં કેવી કેવી સાવધાની રાખવી જોઈએ, એના માટે વરાહમહિરે ઘણી રોચક માહિતી લખી છે. તેમણે એ પણ કહ્યું છે જો છોડને આપણે ધ્યાનથી જોઈએ તો તેનાથી આગળ આવનારા વર્ષમાં દુકાળ કે વધુ વરસાદનો અંદાજો પણ લગાવી શકાય છે.

વરાહમિહિરની તમામ વાતો આજે આપણને ઠીક નથી લાગતી. ત્યાં સુધી કે તેમનાથી સો જેટલાં વર્ષો પહેલાં જન્મેલા આર્યભટ પૃથ્વીને સતત પોતાની ધરી પર ફરવાની શોધ કરી ચૂક્યા હતા. વરાહમિહિરે તેનું ખંડન કર્યું. પણ આજે આપણે જાણીએ છીએ કે વરાહમિહિર નહીં, આર્યભટ સાચા હતા અને વરાહમિહિર તેમની શોધોને આગળ વધારવાની જગ્યાએ પાછળ તરફ લઈ ગયા. તો પણ વરાહમિહિર નિશ્ચિતરૂપે વિદ્વાન હતા. તેમને ખગોળશાસ્ત્રની ઊંડાણપૂર્વક જાણકારી હોવા સાથે અનોખી વિદ્વત્તા હતી, જેનાથી આજે પણ ઘણું બધું શીખી શકાય છે.

૧૧

બ્રહ્મગુપ્ત

બીજગણિતના મહાન આચાર્ય

(૫૯૮ ઈ.પૂ.)

બ્રહ્મગુપ્તની ગણતરી ભારતના મહાન ગણિતશાસ્ત્રીઓમાં થાય છે. ખાસ કરીને શૂન્ય માટે પહેલીવાર આટલી સ્પષ્ટ, તાર્કિક અને સાચી માહિતી આપનારા ગણિતશાસ્ત્રી બ્રહ્મગુપ્ત જ હતા. વિશ્વના જ્ઞાન વિજ્ઞાનમાં ભારતનું સૌથી મોટું યોગદાન શૂન્યની શોધ છે. આ શૂન્યની શોધ કરવાવાળા મહાન ગણિતશાસ્ત્રીમાં બ્રહ્મગુપ્ત અગ્રણી હતા.

બ્રહ્મગુપ્તનો જન્મ છઠ્ઠી શતાબ્દીના અંતમાં મુલતાન નજીક ભિલ્લમાલ નગરમાં થયો હતો. તેમના પિતાનું નામ જિષ્ણુ હતું. જે સમયે બ્રહ્મગુપ્તનો જન્મ થયો, ગુપ્ત સામ્રાજયનું પતન થઈ ગયું હતું. તેથી જ્ઞાન-વિજ્ઞાન અને સંસ્કૃતના ક્ષેત્રમાં પહેલા જેવું ઉત્સાહ ભરેલું વાતાવરણ ન હતું. બ્રહ્મગુપ્તે ન માત્ર ખગોળ અને ગણિતના મૂલ્યવાન વિદ્વાનોના ગ્રંથોને ગંભીરતાથી વાંચ્યા બલ્કે પોતાની તરફથી જ્ઞાન અને વિજ્ઞાનના આધારમાં ઘણું બધું નવું અને મૂલ્યવાન જોડ્યું. બ્રહ્મગુપ્ત દ્વારા લખવામાં આવેલા ગ્રંથોમાં 'બ્રાહ્મસ્ફૂટ-સિદ્ધાંત' સૌથી વધુ પ્રસિદ્ધ છે. આ ગ્રંથમાં તેમણે બીજગણિત, અંકગણિત, ભૂમિતિ અને ખગોળ માટે ઘણી રોચક અને ઉપયોગી માહિતી આપી છે. શૂન્યના એકદમ સંપૂર્ણ ખ્યાલ સિવાય, બીજગણિતના ક્ષેત્રમાં પણ બ્રહ્મગુપ્તે પહેલી વખત આટલું મોટું અને ઉલ્લેખનીય કામ કરી બતાવ્યું, જે તેમને અગ્રણી ભારતીય ગણિતશાસ્ત્રીનો

દરજ્જો અપાવવામાં પૂર્ણ છે.

શૂન્ય માટે બ્રહ્મગુપ્તની જાણકારી આજે આપણને સૌથી વધુ આશ્ચર્યચકિત કરે છે. આ વિષયમાં તેમણે પોતાના ગ્રંથ 'બ્રાહ્મસ્ફૂટ-સિદ્ધાંત'ના 'કુટ્ટકાધ્યાય'માં લખ્યું છે, જેમાં બીજગણિતના માટે જાણકારી છે. બ્રહ્મગુપ્તે સ્પષ્ટપણે જણાવ્યું છે કે કોઈપણ ઋણાત્મક સંખ્યામાંથી શૂન્યની બાદબાકી ઋણ જ આવે છે. ધનાત્મક સંખ્યામાંથી શૂન્ય બાદ કરવાથી માત્ર ધનાત્મક સંખ્યા મળે છે, જ્યારે શૂન્યને જો શૂન્યથી ઘટાડવામાં આવે તો આપણને શૂન્ય જ મળે છે.

આવી રીતે તેમનું કહેવું હતું કે શૂન્યને કોઈ ઋણાત્મક અથવા ધનાત્મક સંખ્યાથી ગુણાકાર કરવામાં આવે, તો પરિણામ શૂન્ય જ આવે છે. શૂન્યને શૂન્યથી ગુણાકાર કરવામાં આવે, તો પણ પરિણામ શૂન્ય જ આવે છે. પણ કોઈ સંખ્યામાં શૂન્યનો ભાગાકાર કરવામાં આવે તો પરિણામ આ નથી આવતું, જો કે પરિણામ અનંત થઈ જાય છે. એવી રીતે તેમણે વધુ એક કામની વાત કહી કે શૂન્યમાં શૂન્યને ભાગાકાર કરવામાં આવે તો પરિણામ શૂન્ય નથી હોતું, જો કે પરિણામમાં એક અનિર્ધારિત અથવા અનિશ્ચિત સંખ્યા મળે છે. એ વાત ઓછી રોમાંચક નથી કે બ્રહ્મગુપ્તની આ શોધ પછી કેટલીક સદીઓ વીતી જવા પછી, ગણિતના વિષયમાં આજે આપણી જાણકારી અને શોધો તેમને સાચા ઠેરવે છે.

બીજગણિત માટે બ્રહ્મગુપ્તનું જ્ઞાન અને વિદ્વત્તા અપાર છે. તેમણે સાધારણ અને બે ઘાતવાળા સમીકરણો હલ કરવા માટે જે નિયમ બતાવ્યા, તે આજે પણ આપણને આશ્ચર્યચકિત કરે છે. ખાસ વાત એ છે કે બીજગણિતના આ અસાધારણ જ્ઞાનનો ઉપયોગ બ્રહ્મગુપ્તે ગણિત, જ્યોતિષ વગેરેમાં કર્યો અને આ રીતથી આ ક્ષેત્રમાં એક અનોખી ક્રાંતિ પેદા કરી શક્યા. બ્રહ્મગુપ્ત બીજગણિતના ક્ષેત્રમાં પોતાની પ્રતિભા અને મહત્ત્વને જાણતા હતા, જેના કારણે તેમને એ સમયમાં ઉચ્ચકક્ષાના ગણિતશાસ્ત્રી માનવામાં આવ્યા હતા.

તેમણે એક જગ્યાએ ઘણા રોચક અને કાવ્યાત્મક અંદાજમાં લખ્યું છે, 'જેવી રીતે સૂર્યપ્રકાશ તારાને ધૂંધળા કરી દે છે, તેવી રીતે બીજગણિતમાં પારંગત કોઈ વિદ્વાન સભામાં બીજા ખગોળ શાસ્ત્રીઓના તેજને નીરસ કરી દે છે.'

આર્યભટ અને વરાહમિહિરની જેમ બ્રહ્મગુપ્ત પણ સારી રીતે જાણતા હતા કે પૃથ્વી ગોળ આકારની છે. પોતાના ગ્રંથમાં તેમણે પ્રભાવશાળી રીતે આ વિષયમાં લખ્યું પણ છે. બ્રહ્મગુપ્તે કેટલાક પ્રાચીન ગ્રંથો અને પુરાણોમાં લખેલી આ વાતને માનવાથી ના પાડી કે પૃથ્વી ચપટી છે. તે એ પણ નહોતા માનતા હતા કે પૃથ્વી કોઈ પ્યાલાની જેમ અંદરથી ખોખલી છે. બ્રહ્મગુપ્તે કહ્યું

કે જો આપણે અલગ અલગ સ્થાનો પર તારાઓની સ્થિતિ અને તેના ઉદય અને અસ્ત થવાનું અધ્યયન કરીએ, તો એ વાત સાબિત થઈ જાય છે કે પૃથ્વી ગોળાકાર છે. ખગોળની તમામ ગણતરીઓ આ આધાર પર સાચી સાબિત થાય છે.

એ સ્પષ્ટ છે કે, આર્યભટ અને વરાહમહિરની જેમ બ્રહ્મગુપ્ત પણ અહીંયા ખગોળ સંબંધી એક મહત્ત્વપૂર્ણ વિચારને તાર્કિક રીતે આગળ વધારતા જણાઈ આવે છે. પણ બ્રહ્મગુપ્તની એક મોટી સીમા પણ હતી. વરાહમિહિરની જેમ તેમણે પણ આર્યભટના આ વિચારોની કડક આલોચના કરી હતી કે પૃથ્વી પોતાની ધરી પર ફરે છે. જો કે બ્રહ્મગુપ્તે આ કારણે આર્યભટને પરંપરા વિરોધી કહીને કઠોર શબ્દોમાં તેમની નિંદા કરી હતી. તે પણ વહારમિહિરના આ તર્કને જ પુનરાવર્તન કરે છે જો પૃથ્વી ફરતી હોત, તો પોતાના માળામાંથી ઊડીને ગયેલા પક્ષીઓ પાછા ક્યારેય પરત પોતાના ઘરે ના આવી શકતા. પણ આજે આપણે એ જાણીએ છીએ કે બ્રહ્મગુપ્તની આ શોધ અધૂરી અને ખોટી છે. કોઈ સવા સો વર્ષ પહેલા જન્મેલા આર્યભટ આ મામલામાં તેમના કરતાં ઘણા આગળ સુધી વિચારી શકતા હતા.

બ્રહ્મગુપ્તે આર્યભટના વિચારોને આગળ વધારવાની જગ્યાએ, પાછળ લઈ જવાનો પ્રયત્ન કર્યો હતો. આની પાછળ હોઈ શકે છે કે, તે સમયના પ્રમુખ પંડિતો અથવા જ્યોતિષીઓ વગેરેનો ડર રહ્યો હોય, કારણ કે તે પૃથ્વીને સ્થિર અને સૂર્યને ગતિશીલ માનીને જ તમામ ગણતરી કરતા હતા. તે દિવસોમાં ભારતમાં આવેલા પ્રમુખ ઈતિહાસકાર અને વૈશ્વિક યાત્રિક અલબરુનીનું પણ આ જ માનવું હતું કે કદાચ બ્રહ્મગુપ્તે જે કહ્યું, એને તેઓ માનતા નહોતા. પોતાના સમયના બ્રાહ્મણો અને જ્યોતિષિઓથી ડરીને તેમણે સાચી વાત નહીં કહી હોય.

પછી પણ આ વિષયમાં બે વિચારો ના હોઈ શકે કે બ્રહ્મગુપ્ત ભારતના મહાન ગણિતશાસ્ત્રી હતા. માત્ર ભારતમાં જ નહીં, પરંતુ દુનિયાભરમાં તેમની આ મહત્તાને સ્વીકાર કરવામાં આવી છે. બ્રહ્મગુપ્તના પ્રસિદ્ધ ગ્રંથ 'બ્રાહ્મસ્ફુટ સિદ્ધાંત'ને અરબમાં 'સિંધ હિંદ' નામથી ઓળખવામાં આવે છે અને તેને વાંચીને અરબવાસીઓએ ખગોળના વિષયમાં અનેક નવી વાતો શીખી હતી.

૧૨

વાગ્ભટ્ટ

પ્રાચીન ભારતના મહાન ચિકિત્સક
(૬૦૦ ઈ.પૂ.)

પ્રાચીન ભારતીય તબીબોમાં આત્રેય અને સુશ્રુતની જેમ વાગ્ભટ્ટનું નામ પણ આદરથી લેવામાં આવે છે. ક્યાંક-ક્યાંક આત્રેય, સુશ્રુત અને વાગ્ભટ્ટનો ત્રિપુટીના રૂપે પણ ઉલ્લેખ છે. સાચું તો એ છે કે, ભારતીય તબીબી શાસ્ત્રને પૂર્ણતા સુધી પહોંચાડવામાં અને મનુષ્ય માટે સત્તાવાર ઉપયોગી અને અર્થપૂર્ણ બનાવવામાં વાગ્ભટ્ટનો મોટો હાથ છે. તેમના વગર પ્રાચીન તબીબીશાસ્ત્ર અને તેની ઊંચાઈઓનું અનુમાન લગાવી શકાય એમ નહોતું.

વાગ્ભટ્ટનો જન્મ છઠ્ઠી શતાબ્દીના અંતમાં સિંધ દેશમાં થયો હતો. તેમના પિતાનું નામ સિંહગુપ્ત હતું. વાગ્ભટ્ટને નાનપણથી જ તબીબીશાસ્ત્રમાં રસ હતો. તેમના ગુરુ હતા બૌદ્ધ આચાર્ય અવલોકિત. તેમના માર્ગદર્શનમાં વાગ્ભટ્ટે પ્રાચીન તબીબી ગ્રંથોનો ગંભીર અભ્યાસ શરૂ કર્યો અને થોડા વર્ષોમાં જ આ ક્ષેત્રમાં નિપુણ અને પારંગત વિદ્વાનોમાં તેમની ગણતરી થવા લાગી. વાગ્ભટ્ટ જન્મથી જ વૈદિક બ્રાહ્મણ હતા. આગળ ચાલીને બૌદ્ધ ધર્મ અને મહાત્મા બુદ્ધની શિક્ષાઓનો પ્રભાવ તેમના પર પડ્યો. આથી તેમના ગ્રંથ 'અષ્ટાંગ સંગ્રહ'માં ઠેર-ઠેર મહાત્મા બુદ્ધની સ્તુતિ છે.

વાગ્ભટ્ટની ખ્યાતિને અચળ બનાવનાર તેમના પ્રસિદ્ધ ગ્રંથો છે, 'અષ્ટાંગ સંગ્રહ' અને 'અષ્ટાંગ હૃદય સંહિતા'. કેટલાક લોકોનું કહેવું છે કે વાગ્ભટ્ટ એક નહીં બે થયા 'અષ્ટાંગ હૃદય સંહિતા'ના લેખત વાગ્ભટ્ટ કોઈ બીજા હતા. પણ બંને ગ્રંથોના એક જેવા નામોથી એવું નથી લાગતું. પછી 'અષ્ટાંગ હૃદય સંહિતા'માં જે ઉદારતાથી અને લેખકના નામ લીધા વિના, અષ્ટાંગ સંહિતાના શ્લોકોનું અવતરણ કરવામાં આવ્યું છે, તેનાથી પણ લાગે છે કે વાગ્ભટ્ટ બે નહીં એક જ હતા. બંને ગ્રંથોની શૈલીમાં કંઈક ફરક હોવાને કારણે એવું લાગે છે કે 'અષ્ટાંગ સંગ્રહ' વાગ્ભટ્ટની શરૂઆતના સમયની રચના છે, જ્યારે પાછળથી પોતાના વિચારોને તેમણે વધુ પરિપકવતા અને સંપૂર્ણતા સાથે 'અષ્ટાંગ હૃદય સંહિતા'માં પ્રગટ કર્યા.

પણ કારણ કંઈપણ રહ્યું હોય, વાગ્ભટ્ટનો 'અષ્ટાંગ સંગ્રહ' ગ્રંથ જ સૌથી વધુ ચર્ચામાં રહ્યો છે. ૬ ભાગોમાં વહેંચાયેલા આ ગ્રંથમાં કુલ ૧૫૦ અધ્યાય છે. શરીર અને સ્વાસ્થ્ય સાથે જોડાયેલું કદાચ જ કોઈ પાસુ હશે, જે વાગ્ભટ્ટની તીક્ષ્ણ નજરથી છૂટી ગયું હોય. ગ્રંથમાં રોગો વગેરેનું વર્ણન અને વિવેચન જ નહીં, વિષયોનું વર્ગીકરણ પણ એકદમ વૈજ્ઞાનિક રીતે કર્યું છે.

પહેલા ભાગમાં જીવન અને સ્વાસ્થ્યની સજાગતાને લઈને સામાન્ય વિવેચન વધુ છે. રોજીંદા જીવનમાં કામ આવનારી કેટલીક ઉપયોગી બાબતો આમાં છે. લાંબું આયુષ્ય કેવી રીતે પ્રાપ્ત કરીએ, વિદ્યાર્થીને તબીબીશાસ્ત્ર કેવી રીતે શીખવી શકાય, વિવિધ પ્રકારના શાકભાજીઓમાં કયા કયા ગુણ અને અવગુણ હોય છે, ઝેર અને બીમારીઓની પરખ કેવી રીતે કરી શકાય અને તેનાથી કેવી રીતે બચી શકાય, કોગળા કરવા, ઠંડો લેપ લગાવી આંખોના રોગોને સારા કરવા એવી વાતોનો આ ખંડમાં ઘણું વિગતવાર અને રસપ્રદ શૈલીમાં વર્ણન છે.

બીજા ખંડમાં માનવ શરીરની રચના અંગે વિસ્તારથી વૈજ્ઞાનિક જાણકારી આપવામાં આવી છે. ત્રીજા ખંડમાં મધુપ્રમેહ, ફોલ્લા અને ચામડીના રોગોના વિશે કહેવામાં આવ્યું છે. જ્યાં વાગ્ભટ્ટ રોગોના લક્ષણો વિશે વિસ્તારથી કહે છે, ત્યાં તેના નિદાનની પણ પૂરી જાણકારી આપે છે. ચોથા ખંડમાં શૌચ અને ઉલટી પર માહિતી છે. પાંચમો-છઠ્ઠા ખંડમાં બાળકોનું સારી રીતે પાલન પોષણ કરવાની જાણકારી છે.

'અષ્ટાંગ સંગ્રહ'ની જેમ વાગ્ભટ્ટનો ગ્રંથ 'અષ્ટાંગ હૃદય સંહિતા' પણ ૬ વિભાગોમાં વિભાજિત છે અને આમાં કુલ ૧૨૦ અધ્યાય છે. આ ગ્રંથમાં વાગ્ભટ્ટ ધન્વંતરિ, ચરક, સુશ્રુત વગેરે પ્રસિદ્ધ તબીબી વિજ્ઞાનિઓના મતોને વિસ્તારથી

અવતરણ કરે છે, સ્વસ્થ રહેવાની પદ્ધતિઓ સાથે રસપ્રદ શૈલીમાં આયુર્વેદની સંપૂર્ણ જાણકારી આપે છે. ખાસ કરીને તબીબી શાસ્ત્રના સિદ્ધાંતોને તેમણે ઘણી સરળ શૈલીમાં સમજાવ્યા છે.

વાગ્ભટ્ટની મહત્ત્વતા આનાથી જ સમજી શકાય છે કે, તેમના પછી આવનારા તબીબી વિજ્ઞાનીઓ શારંગધર, ચક્રપાણી દત્ત અને ભાવમિશ્રએ આદર સાથે તેમની વાતોનો ઉલ્લેખ કર્યો છે. સાચું તો એ છે કે પ્રાચીન ભારતીય તબીબીશાસ્ત્રને મજબૂત આધાર આપનારા મહાન વૈજ્ઞાનિકોમાં વાગ્ભટ્ટ પણ હતા, જેમનું મહત્ત્વ દિવસેને દિવસે વધતું જ જાય છે.

૧૩

માધવકર

ભારતના પ્રાચીન ચિકિત્સાશાસ્ત્રી

(૯૦૦ ઈ.પૂ.)

પ્રાચીન ભારતના તબીબી શાસ્ત્રમાં માધવકરનું પણ એક મહત્ત્વપૂર્ણ સ્થાન છે. માધવકરનું જ નામ માધવાચાર્ય અને વિદ્યારણ્ય પણ હતું. માધવકરની ખાસિયત એ હતી કે તેમને રોગોના નિદાનમાં સિદ્ધિ અને નિપૂણતા હાંસલ હતી. આથી તેમના દ્વારા રચવામાં આવેલો પ્રસિદ્ધ ગ્રંથ 'રુગ્વિનિશ્છાયા'ને 'માધવનિદાન' અથવા 'નિદાન' નામથી પણ ઓળખવામાં આવે છે.

માધવકરનો જન્મ દક્ષિણ ભારતના કિષ્કિંદા નામક સ્થાન પર થયો હતો. જેને આજે ગોલકુંડા કહેવામાં આવે છે. માધવકરના એક ભાઈ સાયણ પણ હતા, જેમણે ઋગ્વેદ પર સુંદર ભાષ્ય લખ્યું છે. કહેવામાં આવે છે કે માધવકર દક્ષિણ ભારતના શક્તિશાળી રાજ્ય વિજયનગરના મંત્રી અને માર્ગદર્શક હતા. તેમણે ખગોળ દર્શન વગેરે પર પણ પુસ્તકો લખી હતી. વૃદ્ધાવસ્થામાં તે સાધુ થઈને સમાજમાં પુનર્જીવનની લહેર બનાવવા અને સામાજિક સુધારામાં જોડાઈ ગયા.

માધવકરના તબીબી શાસ્ત્રની સૌથી મોટી ખાસિયત એ હતી કે તબીબ દેખાડો અથવા વિદ્વતાપૂર્ણ પ્રદર્શન કરતાં જાહેર કલ્યાણની ભાવના પર વધુ આધારિત છે. માધવકર એક શ્રેષ્ઠ તબીબની જેમ લોકોને સ્વસ્થ રહેવા અથવા

સ્વાસ્થ્યની રક્ષા કરતા રહેવાના મૂળમંત્રને બતાવી, વિવિધ પ્રકારના રોગો, તેના લક્ષણ અને તેને દૂર કરવાના વિધાનોને પણ વિસ્તારથી સમજાવતા હતા.

એ પણ ઓછા આશ્ચર્યની વાત નથી કે ત્યાં અન્ય તબીબી વિજ્ઞાનીઓ રોગોના નિદાનની થોડી માહિતી આપીને આગળ વધી જાય છે, ત્યાં માધવકર અને તેમના ગ્રંથોનું મૂળ લક્ષ જ લોકોને સરળ ભાષામાં રોગોના નિદાનની માહિતી આપવાનું છે. ખાસ રીતે એક આદર્શ તબીબ દ્વારા લોકોને પોતાના સ્વાસ્થ્ય પ્રતિ સજાગ રાખવા માટે ચેતવવાનું છે.

એક ખાસ વાત એ પણ છે કે, ચરક અને સુશ્રુતના ગ્રંથો અને તબીબી વિધિઓની તુલના કરવામાં આવે, તો માધવકરના સમયમાં ચિકિત્સા વિજ્ઞાનને ચોક્કસપણે કેટલુંક વધુ સબળ માનવામાં આવશે. કારણ એ છે કે આમાં પૂર્વ ગ્રંથોના સારા અંશો અને વિશેષતાઓને સામેલ કરવાની સાથે સાથે તબીબી વિજ્ઞાનમાં સતત થતાં આવતાં પ્રયોગો, નવી નવી શોધો અને ઉપલબ્ધિઓને પણ સામેલ કરી લેવામાં આવી છે. આવી રીતે આમાં જટિલતા પ્રમાણમાં ઓછી છે અને એક તબીબનો લોકોને સીધે સીધુ સંબોધિત કરવાનો ગુણ સૌથી વધુ મુખ્ય છે.

માધવકરના જીવન કાળના વિષયમાં વિચાર કરીએ તો એટલું તો સાફ રીતે કહી શકાય કે, વાગ્ભટ્ટ પછી અને દ્રધબલ અને વૃંદથી પહેલા જન્મ્યા હતા. આ જ કારણ છે કે વાગ્ભટ્ટે ચરક અને સુશ્રુતનો તો ઉલ્લેખ કર્યો, પરંતુ માધવકરનો નહીં. આવી રીતે માધવકરના ગ્રંથોમાં દ્રધબલ અને વૃંદની ચર્ચા નથી. આ કારણેથી અનુમાન લગાવી શકાય છે કદાચ માધવકર નવમી અથવા દશમી શતાબ્દીમાં રહ્યાં હશે.

માધવકરના ગ્રંથ પર વિજયરક્ષિત અને શ્રીકંઠદત્ત જેવા વિદ્વાનોએ ભાષ્યો લખ્યાં. આનાથી ભારતીય તબીબી વિજ્ઞાનમાં તેના ઐતિહાસિક મહત્ત્વની ખબર પડે છે.

ભારતીય તબીબી વિજ્ઞાનના શોધકર્તા આજે પણ ચિંતનની મૌલિકતા અને કેટલીક મોટી ખાસિયતોના કારણે આ વિલક્ષણ સંત અને તબીબી વિજ્ઞાનીઓનું સન્માન સાથે યાદ કરવાનું નથી ભૂલતા.

૧૪

દ્રધબલ

જેમણે ચરકના કામને આગળ વધાર્યું
(૯૦૦ ઈ.પૂ.)

ભારતના પ્રાચીન વૈજ્ઞાનિકોમાં કશ્મીરી વૈજ્ઞાનિક દ્રધબલના નામનો પણ આદરથી ઉલ્લેખ કરવામાં આવે છે. દ્રધબલનો તબીબી શાસ્ત્રનો અભ્યાસ અનન્ય છે. પોતાના વિપુલ જ્ઞાન અને અભ્યાસનો ઉપયોગ તેમણે સમય અને તેની જરૂરિયાતો પ્રમાણે 'ચરક સંહિતા'નું સંશોધન કરી તેને નવું, લોકપ્રિય અને વધુ પ્રમાણિક બનાવ્યું.

દ્રધબલ ખૂબ જ બુદ્ધિશાળી અને પ્રતિભાશાળી વૈજ્ઞાનિક હતા. તેમના પિતાનું નામ કપિબળ હતું. દ્રધબલનો જન્મ ઈસુની નવમી શતાબ્દીમાં પંચનદપુરમાં થયો હતો. આ સ્થાન શ્રીનગરથી આશરે સાત માઈલ દૂર છે. વિતસ્તા, સિંધુ, ક્ષીરભવાની, ત્રિગમા અને અનારકા નામની પાંચ નદીઓનો સંગમ આ સ્થાનથી ઘણો નજીક છે. આથી એને પંચનગપુર કહેવામાં આવે છે. નાનપણથી જ દ્રધબલનો ઝુકાવ તબીબીશાસ્ત્ર જેવાં પ્રાચીન ગ્રંથોના અભ્યાસ તરફ રહ્યો. ખાસ કરીને 'ચરક સંહિતા' તેમનો પ્રિય ગ્રંથ હતો.

દ્રધબલ એ જોઈને દુઃખી થતાં હતા કે 'ચરક સંહિતા'નું પ્રાચીન રૂપ હવે ઉપલબ્ધ નથી અથવા તેના ઘણા બધા હિસ્સાઓ સંપૂર્ણ રીતે નષ્ટ થઈ ચૂક્યા છે. આ ઉપરાંત તેમની પરેશાનીનું એક કારણ એ પણ હતું કે 'ચરક સંહિતા' ગ્રંથ જે રૂપમાં ઉપલબ્ધ હતો, પોતાના અસાધારણ ઐતિહાસિક મહત્ત્વ છતાં તે તેના

સમયના પ્રમાણમાં કેટલોક પછાત લાગી રહ્યો હતો. કેટલીક વસ્તુઓ જે સામાન્ય લોકોના સ્વાસ્થ્યના કારણથી વધુ ઉપયોગી થઈ શકતી હતી, તેને સંક્ષિપ્તમાં પૂર્ણ કરી દેવામાં આવ્યું હતું અથવા ઘણી જ બિનજરૂરી વસ્તુઓની ઘણી વધુ વિસ્તારથી, મૂંઝવણભરી ચર્ચા હતી. આ કારણથી દ્રધબલને 'ચરક સંહિતા'ના સંપાદનની જરૂરિયાત પડી.

અંતે ઘણું બધું વિચારીને દ્રધબલે 'ચરક સંહિતા'ના સંપાદનનો નિર્ણય લીધો. પણ એ કામ આસાન નહોતું. એના માટે તેમણે તબીબી જ્ઞાનના નવા અને જૂના તમામ ગ્રંથોને પૂર્ણ રીતે પુનઃનિર્માણ અને તેમાંથી પોતાના સમયના પ્રમાણે તબીબી જ્ઞાનની ઉપયોગી વસ્તુઓ ભેગી કરી. તબીબી વિજ્ઞાનના કેટલાક પ્રાચીન અને દુર્લભ ગ્રંથ પણ તેમને હાંસલ થયા, જેનો શબ્દ શબ્દ તેમણે વાંચ્યો અને તેના ઉપર સારી રીતે ચિંતન અને મનન કર્યું. પછી તે 'ચરક સંહિતા'ના સંપાદનના અત્યંત ગંભીર અને જવાબદારી ભર્યા કામમાં જોડાઈ ગયા.

દ્રધબલની સામે કસોટી હતી, તેમના સમયના માણસ. એટલે કે લોકોને રોગો વગેરેની જાણકારી આપતી વખતે યોગ્ય દવાઓ દ્વારા રોગોની સારવાર અથવા તેના સ્વાસ્થ્યની રક્ષા. આ કારણથી ચરક સંહિતાના બિનજરૂરી વિસ્તારને કેટલીક જગ્યાએથી ઓછો કરવો પડ્યો. જે જરૂરી તથા સામાન્ય લોકો માટે ઉપયોગી વસ્તુઓને જ્યાં સંક્ષિપ્તમાં પૂરી કરી દેવામાં આવી હતી, દ્રધબલે તેને વિસ્તાર આપીને રસપૂર્વક રીતે લખી. આ ઉપરાંત 'ચરક સંહિતા'ને સંપૂર્ણ બનાવવા માટે તેમણે તબીબી વિજ્ઞાનના અન્ય પ્રામાણિક ગ્રંથોથી જરૂરી સામગ્રી લીધી અને તેને 'ચરક સંહિતા'માં જોડીને તેને વધુ ઉપયોગી અને પૂર્ણ ગ્રંથનું રૂપ આપ્યું.

દ્રધબલ દ્વારા સંપાદિત 'ચરક સંહિતા' ગ્રંથની ટીકા આગળ વધીને ચક્રપાણી દત્તે કરી. તેમણે આ ગ્રંથને 'કશ્મીર પથ' કહીને બોલાવ્યો, કારણ કે તે ભારતીય તબીબીવિજ્ઞાન અને 'ચરક સંહિતા'નું એક રીતે કશ્મીરી સંસ્કરણ હતું. અલબત્ત! આમાં દ્રધબલની પોતાની પ્રતિભા અને ચિંતક વ્યક્તિત્વની પણ ઊંડી છાપ હતી.

આવી રીતે દ્રધબલ પોતાની આ કોશિશમાં પૂર્ણ રીતે સફળ રહ્યા. સાચું તો એ હતું કે 'ચરક સંહિતા'ના સમયના વિનાશથી બચાવી રાખવા અને તેને પૂર્ણતા આપવામાં દ્રધબલનું યોગદાન એક ઐતિહાસિક મહત્ત્વની વસ્તુ છે. 'ચરક સંહિતા' આજે જે રૂપમાં ઉપલબ્ધ છે, તે દ્રધબલ દ્વારા સંપાદિત ગ્રંથ જ છે. આ કારણથી ભારતીય વૈજ્ઞાનિકોમાં આ અસાધારણ પ્રતિભાશાળી કશ્મીરી વૈજ્ઞાનિકનું મહત્ત્વ વધુને વધુ વધી જાય છે.

૧૫

નાગાર્જુન

ભારતના મહાન રસાયણશાસ્ત્રી

(૯૩૧ ઈ.પૂ.)

નાગાર્જુનને ભારતના મહાન રસાયણશાસ્ત્રી કહેવામાં આવે છે. તેમના વિશે એવી રીતેની કેટલીક વાર્તાઓ ચાલી રહી હતી કે દેવતાઓ સાથે તેમની મિત્રતા હતી અને તેમના બોલાવવાથી તે ધરતી પર આવી જતા હતા. તેમની અપાર સિદ્ધિઓના વિષયમાં પણ કેટલીક વાર્તાઓ છે અને કહેવામાં આવે છે કે તે ધાતુઓને પરસ્પર મેળવીને અથવા રાસાયણિક પ્રક્રિયાથી જે પણ ધાતુને ઈચ્છે, પેદા કરી શકતા હતા. આ સંબંધમાં નાગાર્જુન સાથે જેટલી પણ વાર્તાઓ જોડાયેલી છે, તેટલી બીજા ભારતીય વૈજ્ઞાનિકોની સાથે નથી. આનાથી એટલું જરૂર ખબર પડે છે કે નાગાર્જુન અદ્‌ભુત રસાયણશાસ્ત્રી હતા અને રાસાયણિક ક્રિયાઓ દ્વારા ધાતુના અલગ અલગ સંયોજન કરવા તથા આવી રીતે ધાતુઓને નવું રૂપ આપવામાં તેમને કમાલની સિદ્ધિ હાંસલ હતી.

આમ તો નાગાર્જુનના જીવનના વિષયમાં ઘણી જાણકારી આજે આપણી પાસે નથી, તે સન્ ૯૩૧માં ગુજરાતમાં સોમનાથની નજીક દેહક જિલ્લામાં જન્મ્યા હતા અને અત્યંત ગુણવાન હતા. તેમની અદ્‌ભુત પ્રતિભાના કારણે લોકો તેમને ચમત્કારી બાળક સમજતા હતા. કેટલાક મહત્ત્વપૂર્ણ ગ્રંથોમાં તેમના વિષયમાં આશ્ચર્ય પમાડે તેવી વાતો વાંચવા મળે છે. પ્રસિદ્ધ યાત્રી અલબરુનીએ

નાગાર્જુનનો ઘણા સન્માન સાથે ઉલ્લેખ કર્યો અને લખ્યું કે રસાયણના રસાયણશાસ્ત્રમાં તે નિષ્ણાત હતા. અલબરુનીએ નાગાર્જુનની પ્રસિદ્ધ પુસ્તક 'રસ-રત્નાકર'નો પણ ઉલ્લેખ કર્યો છે અને કહ્યું છે કે અત્યાર સુધી જેટલું પણ જ્ઞાન-વિજ્ઞાન હતું, તેનો સાર આપણને નાગાર્જુનના ગ્રંથ 'રસ-રત્નાકર'માં મળી જાય છે. નાગાર્જુનના લખેલા અન્ય ગ્રંથોમાં 'કક્ષપુટ તંત્ર', 'આરોગ્ય મંજરી', 'યોગસાર' અને 'યોગશતક'ની પણ ચર્ચાઓ મળે છે, પણ તેમનો સૌથી વધુ પ્રસિદ્ધ અને અમર ગ્રંથ તો 'રસ-રત્નાકર' જ છે. આ ઉપરાંત નાગાર્જુનનું એક વધુ મહત્ત્વપૂર્ણ કામ 'સુશ્રુત સંહિતા'નું સંપાદન કરવાનું છે. તેમણે બદલાયેલા સમયની શોધથી મેળવેલી અતિ મહત્ત્વપૂર્ણ સામગ્રી 'સુશ્રુત સંહિતા'માં જોડી હતી. આજે 'સુશ્રુત સંહિતા'નું જે રૂપ આપણને મળે છે, તે નાગાર્જુન દ્વારા સંશોધિત રૂપ જ છે. એનાથી એ ખબર પડે છે કે આપણા સમયમાં જ નહીં, પછીના સમયમાં પણ નાગાર્જુનની વિદ્વતાની એવી જ ધૂમ રહી અને લોકોના મનમાં તેમના માટે ઊંડાણથી આદર હતો.

'રસ-રત્નાકર'માં લખવામાં આવેલી વાતો માત્ર વિદ્વાનોને જ નહીં, સામાન્ય લોકોને પણ ખૂબ આકર્ષિત કરતી હતી. આમાં નાગાર્જુનની ભાષા એટલી આકર્ષક અને કાવ્યાત્મક છે કે તે તમામ લોકોને આકર્ષિત કરે છે. જ્ઞાનની ઝીણામાં ઝીણી વાત પણ આકર્ષક રીતે રજૂ કરવાનું તેમને આવડતું હતું. નાગાર્જુનની ભાષાનો એક નમૂનો એ પણ છે, 'કેટલું અદ્ભુત છે કે વનસ્પતિ, એસિડ અને ઘેટાંના દૂધમાં ઘણી વખત છોડી દીધા પછી (લાલ મરક્યૂરિક સલ્ફાઇડ) ચાંદી અને કેસરને સોનેરી ચમક આપે છે.' આવી જ રીતે એક જગ્યાએ કહે છે કે ચાંદીમાં કેટલાક વિશેષ રસાયણો મેળવ્યા પછી, તે તેના ભારથી સાત ગણા ભારવાળા પદાર્થમાં તેને બદલી નાંખે છે જેની ચમક સૂર્ય જેવી હોય છે.

પારાના અલગ અલગ સંયોજન બનાવવામાં પણ નાગાર્જુને નિપુણતા મેળવી હતી, પણ તેના માટે એમણે લાંબી સાધના કરવી પડી હતી. એક જગ્યાએ એ લખે છે એમણે લોકોના કલ્યાણ માટે લગભગ બાર વર્ષ સુધી દેવી યક્ષિણીની પૂજા કરી. ત્યારે તેમણે દેવવાણી સંભળાઈ હતી, 'અરે ઓ મહામુનિ! જે કંઈપણ તું ઇચ્છીશ, હું તને બધું જ આપીશ.' આના પર નાગાર્જુને પ્રાર્થના કરી, 'હે દેવી! જો તમે મારા પર પ્રસન્ન છો, તો મને પારાના સંયોજન બનાવવાનું દુર્લભ જ્ઞાન આપો.'

નાગાર્જુને પારાના વિષયમાં પણ કેટલીક એવી આશ્ચર્યજનક વાતો કહી, જે આજે પણ આપણને આશ્ચર્યચકિત કરે છે. પારા દ્વારા કેટલાય રોગોની સારવાર થઈ શકે છે અને યોગ્ય રીતે સેવન કરવાથી મનુષ્યને અપાર શક્તિ,

તાકાત અને ઊર્જા પ્રાપ્ત કરી શકે છે. નાગાર્જુન આ વિષયમાં ઘણી રસપૂર્વક રીતે જાણકારી આપે છે.

નાગાર્જુને જીવનભર શોધ કરીને જે જ્ઞાન મેળવ્યું હતું, તેને આવનારી પેઢીઓએ સંગ્રહિત રાખ્યું. ભારતીય જ્ઞાન-વિજ્ઞાન અને સંસ્કૃતિના વિકાસમાં તેમનું મોટું યોગદાન છે. નાગાર્જુન પછી પણ વૃંદ અને ચક્રપાણિ જેવાં રસાયણશાસ્ત્રીઓ થયાં, જેમણે તેમના કામને વધુ આગળ વધાર્યું. તેઓ પણ વખત વખતે રસાયણ શાસ્ત્ર કળાના મહાન શિક્ષકના રૂપમાં નાગાર્જુનનો ઉલ્લેખ કરે છે. નાગાર્જુન દ્વારા લખવામાં આવેલી પુસ્તકોના અંશ આપણને વૃંદ અને ચક્રપાણિની રચનાઓમાં મળે છે.

નાગાર્જુનની તમામ રચનાઓ આજે ભલે ઉપલબ્ધ નથી, જેટલું પણ આપણને મળ્યું છે, તેને લઈ પ્રાચીનકાળના આ મહાન રસાયણશાસ્ત્રી પ્રત્યે આપણો આદર સતત વધતો જ જાય છે.

૧૬

વૃંદ

ભારતના પ્રાચીન રસાયણજ્ઞ

(૧૦૦૦ ઈ.પૂ.)

ભારતના પ્રાચીન વૈજ્ઞાનિકોમાં વૃંદના નામની પણ ચર્ચા થાય છે. વૃંદ એક મુખ્ય અને સાધારણ રસાયણશાસ્ત્રી હતા, જેમણે રસાયણના ક્ષેત્રમા નાગાર્જુનના કામને આગળ વધાર્યું. આમ ભારતમાં રસાયણશાસ્ત્રના વિકાસમાં તેમણે એક મહત્ત્વપૂર્ણ ભૂમિકા ભજવી હતી.

વૃંદના જીવનના વિષયમાં આજે ઘણી વધુ જાણકારી આપણી પાસે ઉપલબ્ધ નથી. હા, એટલું અનુમાન લગાવી શકાય કે તે આજથી કોઈ હજાર વર્ષ પહેલા જન્મ્યા હતા. તેમનો જન્મ પ્રસિદ્ધ સંત અને વૈજ્ઞાનિક માધવકર પછી થયો, જ્યારે ચક્રપાણી દત્ત પહેલા તેઓ જન્મ્યા હતા. વૃંદની મુખ્ય કૃતિનું નામ છે 'સિદ્ધયોગ', જેમાં તબીબી રસાયણોને લાગતી અનેક સામગ્રી છે. આ કારણથી તબીબી શાસ્ત્રના ઈતિહાસમાં વૃંદનું નામ ભૂલી નહીં શકાય.

આપણી પુસ્તક 'સિદ્ધયોગ'માં વૃંદે માણસને સ્વસ્થ રાખવામાં મદદ કરતા રસાયણોનું વિસ્તૃત વર્ણન કરવાની સાથે સાથે, તે ઉપાયોનું પણ વર્ણન કર્યું છે, જેનાથી માણસ રોગ અને શારીરિક વિકૃતિઓથી બચી શકે છે. અલગ અલગ રોગોમાં કામ આવનારી દવાઓનું પણ આમાં વિસ્તારથી વર્ણન કરવામાં આવ્યું છે. ધાતુના સંયોજનોને કેવી રીતે તૈયાર કરવા, વૃંદે એનું ક્રમ પ્રમાણે

વર્ણન કર્યું છે. આવી રીતે લોખંડની ભસ્મ કેવી રીતે બનાવી શકાય, વૃંદે ઘણી સ્પષ્ટતા સાથે સમજાવ્યું છે. ખાસ વાત એ છે કે વૃંદે એવી કેટલીક વસ્તુઓની ચર્ચા કરી છે, જેનો રોજીંદા જીવનમાં ઉપયોગ થાય છે. ઉદાહરણ તરીકે જૂ મારવાની દવા જે લગાવી શકાય છે, તેમાં પારાનો ઉપયોગ વધુ ઉપયોગી થાય છે. વૃંદે એની પણ ચર્ચા કરી છે. વૃંદના સમય સુધી દવાઓમાં પારા અને ગંધકનો ઉપયોગ ઘણો સામાન્ય થઈ ચૂક્યો હતો. તેમના ગ્રંથ 'રસામૃત ચૂર્ણ' વિશે વાંચ્યા પછી એ વાત સ્પષ્ટ જાહેર થઈ જાય છે.

આમ જોઈએ તો વૃંદ નાગાર્જુનની પરંપરાને આગળ વધારનારા નોંધપાત્ર રસાયણશાસ્ત્રી હતા. તેમના ગ્રંથ 'સિદ્ધયોગ'ની એક વિશેષતા એ પણ હતી કે એમાં વૃંદે પોતાનાથી પહેલાં થયેલા મૂલ્યવાન વૈજ્ઞાનિકો ચરક, સુશ્રુત, નાગાર્જુન, વાગ્ભટ્ટ અને માધવકરના વિચારોને પણ ખુલીને અવતરણ કર્યા છે અને તેમના ગ્રંથોમાંથી ઉદારતાપૂર્વક ઘણી બધી સામગ્રી પણ લીધી છે. આમ વૃંદના ગ્રંથ 'સિદ્ધયોગ' ભારતના સતત વિકાસશીલ રસાયણવિજ્ઞાનના ઈતિહાસની કોઈ ઉપયોગી સ્મરણો પોતાનામાં સમેટ્યા છે. આ કારણે ભારતના પ્રાચીન વૈજ્ઞાનિકોમાં વૃંદનું નામ સ્વતઃ જ મહત્ત્વપૂર્ણ થઈજાય છે.

૧૭

ભાસ્કરાચાર્ય

અસાધારણ પ્રતિભાશાળી ગણિતજ્ઞ

(૧૧૧૪ઈ.પૂ.)

ભારતના પ્રાચીન ગણિતશાસ્ત્રીઓમાં ભાસ્કરાચાર્ય પણ હતા, જેની અસાધારણ બુદ્ધિ અને પ્રતિભા હજુ પણ આપણને આશ્ચર્યચકિત કરે છે. ખાસ કરીને બીજગણિતના તેઓ મુખ્ય આચાર્ય જ હતા. ગણિતના ગૂઢ પ્રશ્નોને સોલ્વ કરવા માટે તેમણે અનોખા સૂત્ર આપ્યા હતા, તે આજે પણ ઉપયોગમાં આવે છે. બારમી શતાબ્દીમાં તેમણે ગણિતને પોતાની શોધ દ્વારા જે ઊંચાઈ પર પહોંચાડ્યું, તે વિશ્વભરના ગણિતશાસ્ત્રીઓમાં આજે પણ અચરજ પમાડે છે. તે સમયે કદાચ જ દુનિયામાં ક્યાંક ગણિતનું જ્ઞાન આ ઊંચાઈ સુધી પહોંચ્યું હશે, જ્યાં ભાસ્કરાચાર્ય પહોંચ્યા હતા.

ભાસ્કરનો જન્મ મહારાષ્ટ્રની એક જગ્યા વિજ્જડાવિદમાં ઈ.સ. ૧૧૧૪માં થયો હતો. તેમના પિતાનું નામ મહેશ્વર હતું. મહેશ્વર પોતે ગણિતના વિદ્વાન હતા. તેમણે ભાસ્કરને ગણિતનું શિક્ષણ આપ્યું. ભાસ્કરે ન માત્ર બધું ફટાફટ શીખી લીધું, બલ્કે તેમની પ્રતિભા ગણિતના નવાં-નવાં સૂત્ર શોધવામાં વધી ગઈ. ૩૬ વર્ષની ઉંમરમાં ભાસ્કરે ગણિતનો પોતાના મહાનગ્રંથ ‘સિદ્ધાંત શિરોમણિ’ની રચના કરી લીધી હતી.

‘સિદ્ધાંત શિરોમણિ’ એક મોટો ગ્રંથ છે, જેના ચાર ભાગ છે - પતિગણિત અથવા લીલાવતી, બીજગણિત, ગ્રહ ગણિતાધ્યાય અને ગોલાધ્યાય. જેમાં પહેલો ભાગ પતિગણિત અથવા લીલાવતીમાં અંકગણિતના વિષયમાં ઘણી રસપ્રદ

માહિતીની સાથે-સાથે નવી વાતો કહેવામાં આવી છે. કહેવાય છે, લીલાવતી ભાસ્કરની દીકરી હતી, જેને તેઓ ઘણી રસપ્રદ રીતે ગણિત ભણાવતા હતા. આથી ગ્રંથના આ ભાગનું નામ તેમણે પોતાની દીકરી લીલાવતીના નામ પર રાખ્યું. આ ગ્રંથના અન્ય ભાગોમાં બીજગણિત પણ છે, જેમાં બીજગણિતના સિદ્ધાંતોનો ખૂબ વિગતવાર અભ્યાસ છે. ગ્રહ-ગણિત અધ્યાયમાં ગ્રહોની ગતિ વગેરેનું વર્ણન છે, તો ગોલાધ્યાયમાં વૃત્ત વગેરેથી સંબંધિત ઘણી રસપ્રદ પદ્ધતિથી લખવામાં આવેલાં સૂત્ર છે.

ભાસ્કરના ગ્રંથમાં પહેલો ભાગ લીલાવતી કેટલીક દૃષ્ટિએ ખાસ રસપ્રદ અને મહત્ત્વપૂર્ણ છે. તેમાં આર્યભટ, બ્રહ્મગુપ્ત વગેરેએ પોતાની રચનાઓમાં ગણિતના જે નિયમ વગેરે બતાવ્યા, તેમણે તેને સમજવા માટે સરળ રીતે રજૂ કર્યા છે. પ્રશ્નોની રચના પણ ખૂબ જ રસપ્રદ છે, જેમાં કોઈ કિસ્સો અથવા વાર્તા જેવો રસ પડે છે. દાખલા તરીકે લીલાવતીમાં આપવામાં આવેલા ગણિતનો એક પ્રશ્ન આ છે, 'હંસના સમજૂકમાં, હંસની એક જોડી પાણી પર રમત કરતી રહી. તે યુગલે અવલોકન કર્યું કે કુલ જૂથના વર્ગમૂળના અડધા ભાગના હંસોની સંખ્યા સાતગણી દિશા બદલવાથી થાકીને કિનારા તરફ આગળ વધી રહી છે. સુંદર છોકરી, મને એ કહો, કે જૂથમાં કેટલા હંસ હતા?'

આવી રીતે બીજા ભાગ બીજગણિતમાં બીજગણિતના શિષ્ટાચાર અને તે સિદ્ધાંતોની માહિતી છે, જેની મોટી મોટી ગણતરીઓ ચપટીમાં થઈ જાય છે. આ ભાગની સૌથી મોટી વિશેષતા છે, શૂન્યના વિષયમાં ભાસ્કરાચાર્યની જાણકારી. બારમી સદીમાં શૂન્યના વિષયમાં ભાસ્કર પૂર્ણ અધિકાર સાથે આપણને સાચી માહિતી આપે છે. જે જાણતા હતા કે કોઈપણ સંખ્યામાં શૂન્ય જોડી દેવામાં આવે અથવા કાઢી નાંખવામાં આવે તો કોઈ ફરક નથી પડતો, પણ કોઈ સંખ્યાને શૂન્યથી ગુણાકાર કરી દેવા પર ઉત્પાદન શૂન્ય આવે છે. આવી જ રીતે કોઈપણ સંખ્યાને શૂન્ય વડે ભાગવામાં આવે તો અનંતતા મળે છે. આ વાતને પણ ભાસ્કર ઘણી કુશળતાથી આગળ વધારે છે.

ગ્રંથના ત્રીજા ભાગમાં ગ્રહગણિત અધ્યાયમાં ખગોળ એટલે કે ગ્રહોની ગતિઓ વિશે વિસ્તારથી વર્ણન કરવામાં આવ્યું છે. ભાસ્કરે ગ્રહોની ગતિનું કારણ વાયુને માન્યું છે. ભાસ્કરના આ ખગોળ સિદ્ધાંતને આજે પણ આપણે વધુ મહત્ત્વપૂર્ણ માનીએ છીએ. ભાસ્કરે દિવસ નાનો-મોટો થવાની સાથે સૂર્યની ગતિનું પણ વિશ્લેષણ કર્યું છે. ગ્રંથના ચોથા ભાગમાં ગોળાધ્યાયમાં વર્તુળની પરિધિ, વ્યાસ વગેરેનો સંબંધ બતાવવામાં આવ્યો છે. વર્તુળ, ત્રિકોણ વગેરે આકારો વચ્ચેનો પરસ્પર સંબંધો વિશે ઘણી રસપ્રદ માહિતી કહેવામાં આવી છે.

ભાસ્કરના ગ્રંથના મહત્ત્વને સમજીને મુગલ બાદશાહ અકબરે આ ગ્રંથના પહેલા ભાગ 'લીલવાતી'નું ફારસી ભાષામાં અનુવાદ કરાવ્યું હતું. આ અનુવાદ સન ૧૫૮૭માં અબુલ ફઝલે કર્યું હતું. ત્યાથી ભાસ્કરના આ અનોખા ગ્રંથની ખ્યાતિ વિશ્વમાં ઓછી નથી થઈ, બલ્કે સતત વધતી જ ગઈ છે.

૧૮

ભોજ નરહરિ

પ્રાચીન ભારતના મહાનવ જળપોત વિશેષજ્ઞ (૧૨૦૦ ઈ.પૂ.)

ભોજ નરહરિનું નામ ખૂબ પરિચિત નથી, પરંતુ તેનાથી તેમના કામનું મહત્ત્વ ઓછું નથી થઈ જતું. ભોજ નરહરિ જહાજોના નિર્માણના નિષ્ણાત હતા. આ ક્ષેત્રમાં તેમનું ગહન અધ્યયન જ નહીં, નવી નવી શોધ અને ઊંડી સમજણ આપણને આશ્ચર્યચકિત કરે છે.

ભોજ નરહરિનો જન્મ ૧૨મી સદીની આસપાસમાં થયો હતો. તેમણે પોતાના ગ્રંથમાં લખ્યું હતું કે તેમનાથી પહેલાં ભોજ થયા હતા. કદાચ તેમનો ઈશારો ૧૧મી સદીમાં થયેલા રાજા ભોજની તરફ રહ્યો હશે, જે યશસ્વી રાજા હોવાની સાથે એક સારા લેખક પણ હતા.

જહાજ, તેના બાંધકામ અને અલગ અલગ લાક્ષણિકતાઓ પર લખવામાં આવેલા ભોજ નરહરિના અનન્ય ગ્રંથનું નામ છે 'યુક્તિ કલ્પતરુ'. આ ગ્રંથમાં તે અલગ અલગ પ્રકારના જહાજોનું રસપ્રદ વર્ણન કરવાની સાથે સાથે તેના નામ, આકાર અને અલગ અલગ રીતના શણગાર વિશે પણ આપણને જણાવે છે.

'યુક્તિ કલ્પતરુ'માં અલગ અલગ પ્રકારના જહાજના કેટલા તફાવત છે, તેમના આકાર, તેને બનાવવા માટે કામમાં આવનારી લાકડી તથા બાંધકામના શિષ્ટાચારના વિષયમાં ઘણા વિસ્તારથી અને અધિકાર સાથે લખવામાં આવ્યું છે. તેને વાંચીને એ વાતથી કોઈ શંકા નથી રહેતી કે, પ્રાચીન કાળમાં ભારતમાં જહાજ કળા અને સમુદ્રની યાત્રાઓને લઈને ખૂબ જ અદ્યતન દેશ રહ્યો છે. અહીંયાના વેપારીઓ સમુદ્ર મારફતે પોતાનો માલ બહાર મોકલતા અને મંગાવતા પણ હતા. આ ઉપરાંત હરવા ફરવા અને સમુદ્ર યાત્રાનો આનંદ લેવા માટે પણ જહાજ બનાવતા

હતા. ત્યાં સુધી કે તે સમયે જહાજોનો વિકાસ પણ થઈ ચૂક્યો હતો અને તેની બનાવટ પણ અલગ રીતની હતી.

ભોજ નરહરિએ તેમના ગ્રંથમાં વહાણોની બે શ્રેણીઓનું વ્યાપકપણે વર્ણન કર્યું છે. પહેલી શ્રેણીમાં સામાન્ય નદી યાત્રાના માટે ઉપયોગમાં લેવામાં આવતા જહાજોનું વર્ણન છે. તેને સામાન્ય શ્રેણીમાં રાખવામાં આવ્યું છે. જો કે સામાન્ય શ્રેણીના જહાજોમાં કદ વગેરે અંગે દસથી વધુ પેટા વર્ગો બનાવવામાં આવ્યા છે. આમાં સૌથી નાનું જહાજ 'ક્ષુદ્ર' સોળ હાથની લંબાઈનું છે અને સોથી મોટું 'મંથર' એકસો વીસ હાથની લંબાઈનું છે. ભોજના વર્ણન અનુસાર આ સમાન પ્રમાણમાં તેની પહોળાઈ અને ઊંચાઈ પણ વધી જાય છે.

દરિયાઈ જહાજોની ભોજ નરહરિએ બે મુખ્ય શ્રેણીઓ બનાવી છે લાંબા અને અદ્યતન. આ બંને શ્રેણીઓમાં આગળ કેટલાક તાણ છે. લાંબા શ્રેણીના વહાણોમાં સૌથી નાનું 'દીર્ઘિકા' છે, જેની લંબાઈ બત્રીસ હાથ છે અને સૌથી મોટું 'વેગિની' જેની લંબાઈ છોત્તેર હાથ છે. આવી રીતે અદ્યતન ક્ષેત્રના જહાજોમાં બત્રીસ હાથની લંબાઈથી ૯૬ હાથની લંબાઈ સુધીના છે. આમાં સૌથી નાનું 'ઊર્ધ્વ'છે અને સૌથી મોટું 'મંથર'.

ભોજ નરહરિએ એ પણ કહ્યું કે શાહી ખજાનો અથવા ઘોડા અને સ્ત્રીઓને લઈ જવા માટે પણ આવા જહાજનો પ્રયોગ કરવો જોઈતો હતો, જેની મુખ્ય ચેમ્બર અંતથી અંત સુધી હોય છે. તેને સુવર્ણ મંદિર કહેવામાં આવતું હતું. આવી રીતે મધ્ય મંદિર અને અગ્ર મંદિર પણ જહાજ હતા. ભોજ નરહરિએ આ જહાજોને બનાવવા માટે ઉપયોગમાં લેવામાં આવતી લાકડીના વિષયમાં ઘણી કામની વાતો કહી છે. જહાજનો રંગ અને શણગાર કેવો હોય, તેના માટે પણ ભોજ નરહરિનું વર્ણન રસપ્રદ રહ્યું છે, જેનાથી તેમનું જ્ઞાન જ નહીં, કલા અને અત્યાધુનિક સૌંદર્યલક્ષી સૂઝની પણ ખબર પડે છે.

ભોજ નરહરિની ખાસિયત એ છે કે, પોતાના ગ્રંથમાં તેમણે જહાજ નિર્માણ કળાના લગભગ દરેક પક્ષ પર ઘણા વિસ્તારથી ચર્ચા કરી છે. કદાચ જ જહાજથી સંબંધિત કોઈ મહત્ત્વની વાતો હોય, જે એમનાથી છૂટી હશે. ભારત પ્રાચીન કાળમાં જહાજોના મામલામાં ખાસ અદ્યતન જ નહીં, વિશ્વગુરુ પણ હતું ભોજ નરહરિને વાંચીને એ ખબર પડે છે.

માર્કો પોલોએ પણ ઘણા ઉત્સાહિત થઈને ભારતના આ અદ્‌ભુત કૌશલ અને વૈજ્ઞાનિક જ્ઞાનનું વર્ણન કર્યું છે. કોઈ એક ગ્રંથમાં જહાજોના વિષયમાં આટલી પૂર્ણ અને આધિકારિક માહિતી નહોતી. આ કારણથી ભોજ નરહરિના ગ્રંથનું મહત્ત્વ અનેક ગણું વધુ વધી જાય છે. પ્રાચીન જ્ઞાન-વિજ્ઞાનના એક ખાસ વિશેષજ્ઞના રૂપમાં ભોજ નરહરિને યાદ કરવા આજે ખરેખર આપણને આનંદથી ભરી દે છે.

૧૯

ભાવમિશ્ર

ભારતના મધ્યયુગીન ચિકિત્સાવિજ્ઞાની
(જ.૧૬૦૦ ઈ.પૂ.)

ભારતના મધ્યયુગીન તબીબી વૈજ્ઞાનિકોમાં ભાવમિશ્ર અપૂર્વ પ્રતિભાશાળી તબીબ માનવામાં આવતા હતા. તેમણે ભારતીય તબીબી વિજ્ઞાન અને તેના સિદ્ધાંતોને પોતાના પ્રસિદ્ધ ગ્રંથ 'ભાવપ્રકાશ' અને તેમના અનન્ય તબીબી સિદ્ધાંતો દ્વારા નવું જીવન આપ્યું.

સામાન્ય રીતે એ માનવામાં આવતું હતું કે પ્રાચીન કાળમાં ભારતીય વિજ્ઞાન ઘણું અદ્યતન અને મધ્ય કાળ આવતા આવતા તે બિસ્માર હાલતમાં પડી ગયું. સામાન્ય રીતે એ વાત ખોટી નથી. પણ મધ્યયુગમાં ભાવમિશ્ર જેવા અસાધારણ તબીબી વિજ્ઞાની પણ થયાં છે, જેમણે ચારે તરફ ભારતીય આયુર્વેદની સિદ્ધિઓનો ધ્વજ લહેરાવ્યો.

ભાવમિશ્રનો જન્મ સોળમી સદીમાં બનારસમાં થયો હતો. તેમના પિતાનું નામ લટક મિશ્ર હતું. ભાવમિશ્રએ ન માત્ર તબીબીવિજ્ઞાનના તમામ પ્રાચીન ગ્રંથોનું ગંભીર અધ્યયન કર્યું, પરંતુ વ્યવહારમાં તબીબીવિજ્ઞાનની નવીન પદ્ધતિઓ પણ શીખી અને તેમાં સિદ્ધિ હાંસલ કરી. ખૂબ જ ઝડપથી ભાવમિશ્રના નામની શાખ ચારે તરફ ફેલાઈ ગઈ. તે પોતાના સમયના સૌથી વધુ યોગ્ય અને ચર્ચિત તબીબ માનવામાં આવતા હતા, તેમના જેવો તબીબ સમગ્ર ભારતમાં અન્ય કોઈ ન હતો.

ભાવમિશ્રએ તબીબી વિજ્ઞાનમાં પોતાના અધ્યયન, જ્ઞાન અને

અનુભવોના આધારને પોતાના પ્રસિદ્ધ ગ્રંથ 'ભાવપ્રકાશ'માં સામેલ કર્યો. આ ગ્રંથમાં ભાવમિશ્રએ માનવ શરીર રચના, ભારતીય તબીબીવિજ્ઞાનની ઉત્પત્તિ અને વિકાસ, આહાર-વિજ્ઞાન અને બાળકોના રોગ વગેરે વિષયમાં ઘણી કામની વાતો બતાવાઈ છે. ભાવમિશ્રની શૈલ ઘણી રસપ્રદ અને સુંદર છે અને તે અત્યંત સ્પષ્ટતા સાથે પોતાની વાતને સમજાવીને આગળ વધારે છે.

પોતાના ગ્રંથમાં ભાવમિશ્રએ પોતાના પૂર્વ તબીબી વૈજ્ઞાનિકોના વિચારનો જગ્યા જગ્યાએ ઉલ્લેખ કર્યો છે, તો સાથે જ પોતાના અનુભવો અને વિચારને પણ પ્રાંજલ ભાષામાં લખ્યાં છે. તેમણે ભારતીય દવાઓની સાથે સાથે અન્ય દેશોની દવાઓનો પણ ઉલ્લેખ કર્યો છે. એનાથી ખબર પડે છે કે, ભાવમિશ્રના સમય સુધી અન્ય દેશોની તબીબી પદ્ધતિનો પ્રભાવ પણ આપણે ત્યાં દેખાવા લાગ્યો હતો.

એક વધુ ખાસ વાત એ હતી કે, વિદેશીઓના આવવાની સાથે સાથે ભારતમાં અનેક પ્રકારના રોગો પણ આવ્યા. આમાંથી જ એક રોગનું નામ ફિરંગ રોગ પડી ગયું. ભાવમિશ્રએ આ રોગમાં ત્રણ અવસ્થાઓનો ઉલ્લેખ કર્યો છે. તેમના પ્રમાણે પહેલી એટલે પ્રારંભિક અવસ્થામાં તો રોગનો ઉપચાર થઈ શકે છે, પરંતુ બીજી અને ત્રીજી અવસ્થામાં તેનાથી બચી શકવું મુશ્કેલ છે.

ભાવમિશ્રએ 'ભાવપ્રકાશ' નામનો ગ્રંથ આપીને ભારતીય તબીબીવિજ્ઞાનની ઘણી મોટી સેવા કરી. આનાથી ભારતીય તબીબીવિજ્ઞાનના સતત વિકાસની ખબર પડે છે. સાથે જ ઘણા જ પ્રાચીન જ્ઞાન અને દવા વગેરેની જાણકારી લુપ્ત થઈ ચૂકી હતી. 'ભાવપ્રકાશ' થકી આપણે તબીબી પદ્ધતિઓને ફરીથી જાણી શકીએ છીએ. આ રીતે તે પ્રાચીન ભારતીય તબીબી જ્ઞાનના નવીનીકરણનો દુર્લભ સંયોગ બની ગયો. આ કારણથી ભારતીય તબીબીવિજ્ઞાનમાં ભાવમિશ્રનું નામ અને કામ અવિસ્મરણીય છે.

૨૦

સમ્રાટ જહાંગીર

અનોખા પક્ષી-વિજ્ઞાની અને ખગોળજ્ઞ

(૧૫૬૯-૧૬૨૭)

ભારતના સુપ્રસિદ્ધ પક્ષી-શાસ્ત્રીઓમાં એક મોટી ઐતિહાસિક હસ્તી, મુગલ સમ્રાટ જહાંગીરનું નામ પણ સામેલ છે. જહાંગીરે અનેક યુદ્ધ લડવા પડ્યા હતા. શાસન કાર્યની વ્યસ્તતા પોતાની જગ્યાએ હતી. આ ઉપરાંત પક્ષી-પ્રેમ તેમનો એટલો વધુ હતો કે પક્ષીના રૂપ, આકૃતિ જ નહીં, પરંતુ તેમનો સ્વભાવ, આદત અને પ્રજનનના વિષયમાં તેમને જાણકારી હતી. સમ્રાટ હોવા છતાં પણ પોતાના જીવનનો ઘણો સમય તેમણે પક્ષીઓના અવલોકનમાં વાપર્યો. પ્રસિદ્ધ ચિત્રકારો પાસે પક્ષીઓના ચિત્રો પણ બનાવડાવ્યા. આ વિષયમાં તેમનું અધ્યયન એકદમ ઊંડાણપૂર્વક હતું, તેના તમામ ઐતિહાસિક પુરાવા પણ મળે છે.

૯ સપ્ટેમ્બર ૧૫૬૯એ સમ્રાટ અકબરના હિન્દુ પત્ની જોધાબાઈના ગર્ભમાંથી જન્મેલા જહાંગીરનો પ્રકૃતિ પ્રેમ જાણીતો છે. નાનપણથી તેમને પ્રકૃતિની સુંદર છબી લલચાવતી હતી. મોટા થયા બાદ પણ તેમનો આ રસ ઓછો ન થયો. હા, તેમાં પક્ષી-પ્રેમ વધુ જોડાયો અને જે આગળ વધીને એક એવા વૈજ્ઞાનિક અધ્યયનમાં બદલાઈ ગયો કે, જહાંગીરની ગણતરી વિશ્વના પ્રસિદ્ધ વૈજ્ઞાનિકોમાં કરવામાં આવી. જહાંગીર જ્યાં પણ જતા હતા, ત્યાંના સુંદર પક્ષીઓનું અધ્યયન કરતા અને તેના વિષયમાં તમામ માહિતી વિગતવાર એકત્ર કરી. તેમની પોતાના પાસે પણ એક નાનું પક્ષીઘર હતું, જેનાથી તેમને પક્ષીઓનું અવલોકન કરવામાં

આસાની થતી હતી. પક્ષીઓના સ્વભાવ અને આદતોના વિષયમાં માહિતી મેળવવા માટે તેમણે કલાકો સુધી પક્ષીઘરમાં બેસવું પડતું હતું અને નાનામાં નાની વસ્તુઓની માહિતી લેવી પડતી હતી, ત્યારે તેઓ કોઈ તારણ પર પહોંચતા અને તેમને સાચે જ ખુશી અને શાંતિ મળતી હતી. તેમના એ તારણ અને વિગતો આજે પણ એટલા મહત્ત્વપૂર્ણ લાગે છે પ્રસિદ્ધ પક્ષી-વિજ્ઞાની સલીમ અલીને આશ્ચર્યચકિત થઈને કહેવું પડ્યું, 'સમ્રાટ જહાંગીરના સંસ્મરણોને તે સમયના ભારતના કુદરતી વિજ્ઞાનનો જ્ઞાનકોશ ગણો.'

જહાંગીરે પક્ષીઓના સ્વભાવનું વર્ણન એટલા રસપ્રદ રીતે કર્યું છે કે આજે પણ આપણને પક્ષીઓના સંસારની નજીક જવામાં રસ પેદા કરે છે. દાખલા તરીકે તેમણે જણાવ્યું કે, સારસની જોડી નર અને માદા બંને ઈંડાને વારાફરતી સેવે છે. આ ઈંડામાંથી બચ્ચાં કેવાં નીકળે છે અને નર-માદા બંને સારસ મળીને કેવી રીતે દેખરેખ કરે છે, એનું વર્ણન પણ જહાંગીરે ખૂબ જ રસપૂર્વક રીતે કર્યું છે. એ વાતો આજે પણ વૈજ્ઞાનિક દૃષ્ટિએ ઘણી કામની છે અને એની પ્રમાણિકતાને તમામ સ્વીકારે છે.

પક્ષી-અવલોકનના ક્ષેત્રમાં જહાંગીરનું એક મોટું યોગદાન એ છે કે તેમણે પોતાના સમયમાં મોટા મોટા ચિત્રકારોને બોલાવી તેમને પક્ષીઓના ચિત્ર બનાવવા માટે કહ્યું. ચિત્રકારોને ઈનામ મળતું અને આ ચિત્રોને સલામત કરી લેવાતા. આ ચિત્રોના આધારે આપણને ઘણાં પક્ષીઓના વિશે નવી વાતો ખબર પડી. એવા પક્ષીઓના વિષયમાં પણ જાણકારી મળી, જે જહાંગીરના સમયમાં હતા, આજે નથી. એવું એક પક્ષી હતું ડોડો, જે મોરેશિયસના કોઈ વેપારીએ તેમને ભેટમાં આપ્યું હતું. જહાંગીરે પોતાના સમયના પ્રસિદ્ધ ચિત્રકારોથી એનું ચિત્ર બનાવડાવ્યું. એવું જ એક ચિત્ર જ્યારે પક્ષી વૈજ્ઞાનિકોની નજરથી ગયું, તો તે આશ્ચર્યચકિત રહી ગયા. જહાંગીરના પક્ષી અવલોકન અને પક્ષી પ્રેમના મહત્ત્વને તેમણે ઘણા સત્કાર સાથે સ્વીકાર કર્યું.

આવી રીતે એક ખગોળશાસ્ત્રીના રૂપે પણ જહાંગીરના અવલોકન, તારણ અને રેકૉર્ડ આજે પણ ઐતિહાસિક દસ્તાવેજ જેવાં છે. તેમણે ચંદ્રગ્રહણ, સૂર્યગ્રહણ વગેરેની વિગતો તો રાખી હતી, સાથે જ ધૂમકેતુ વિશે પણ તેમના કેટલાક નિરીક્ષણોને ઐતિહાસિક પુરાવા તરીકે આજે પણ ઉપયોગ કરવામાં આવે છે.

૨૮ ઓક્ટોબર ૧૬૨૭ના જહાંગીરનું નિધન થયું. ઈતિહાસમાં તેમનું નામ એક મોટા સમ્રાટની સાથે સાથે એક નોંધનીય પક્ષીશાસ્ત્રી અને ખગોળશાસ્ત્રીના રૂપમાં પણ વિશેષ આદરને પાત્ર છે. આનાથી ખબર પડે છે કે, પક્ષી અવલોકન અને અતંરિક્ષ તેમજ કુદરતના વૈજ્ઞાનિક અધ્યયન જેવાં કામોમાં એટલું આકર્ષણ

છે કે એક સમ્રાટ પણ પોતાનું રાજપદ ભૂલીને, એક વિનમ્ર અને જિજ્ઞાસુ અધ્યયનકર્તા બની જાય છે.

આનાથી એ પણ સાબિત થાય છે કે, વિવિધ રંગો-રૂપો અને સુંદર ચિત્રોવાળા આ સંસારમાં એટલા અદ્ભુત આકર્ષણ છે કે તે સદીઓ વીતી જવા છતાં પણ જેમ ને તેમ રહે છે. મોટા મોટા રાજા મહારાજ આવે છે જતાં રહે છે, પરંતુ કુદરતનું આ સુંદર આકર્ષણ અને તેને પ્રેમ કરનારા હંમેશાં યાદ રખાય છે.

૨૧

સવાઈ રાજા જયસિંહ દ્વિતીય

ભારતીય ખગોળશાસ્ત્રના વિદ્વાન
(૧૬૮૬-૧૭૪૭)

પ્રાચીનકાળમાં ભારતીય ખગોળશાસ્ત્ર જે ઊંચાઈ અને પૂર્ણતા પર હતું, આગળ વધીને તેવું ન રહ્યું. મધ્યકાળમાં અને વિદ્વાન ભારતીય વિજ્ઞાન અને ખગોળશાસ્ત્રના પતનનો યુગ માને છે. જો કે ૧૮મી શતાબ્દીની શરૂઆતમાં ભારતીય ખગોળવિજ્ઞાનની સિદ્ધિઓને સમજવા તથા પૂર્વ અને પશ્ચિમના જ્ઞાનના સમન્વય થકી, આ દિશામાં પ્રગતિનો નવી ઐતિહાસિક દૃષ્ટિથી ઉલ્લેખનીય પ્રયાસ પણ દેખાય છે. આ યુગમાં ખગોળશાસ્ત્રમાં શોધ અને અધ્યયન દ્વારા ભારતીય ખગોળશાસ્ત્રમાં શોધ અને અધ્યયન થકી ભારતીય ખગોળશાસ્ત્રને નવું સ્વરૂપ આપનારા સમ્રાટ સવાઈ જયસિંહ દ્વિતીયનું નામ ભૂલી શકાય નહીં. તેમણે સમય, સૂર્ય અને તારાઓની સ્થિતિને જાણવા માટે કેટલાક અદ્‌ભુત યંત્રો શોધ્યા હતા અને જગ્યા જગ્યાએ જંતર-મંતરની સ્થાપના કરી જનતાને ખગોળશાસ્ત્ર તરફ આકર્ષિત કર્યા.

સન્ ૧૬૮૬માં જન્મેલા જયસિંહ રાજપરિવારના હોવા છતાં પણ અધ્યયનપ્રિય અને વિદ્વાન હતા. તેમણે મુગલ સમ્રાટ ઔરંગઝેબ સાથે મિત્રતા કરી હતી. ઔરંગઝેબ તેમની પ્રખર બુદ્ધિ અને વીરતાના પ્રશંસક હતા. ઔરંગઝેબના મૃત્ય પછી મોહમ્મદ શાહ ગાદી પર બેઠા. કેટલાક સમય બાદ

રાજા જયસિંહે એક સુંદર નગર જયપુર વસાવ્યું. આ નગર વસાવવામાં તેમને પોતાના ગુરુ પંડિત જગન્નાથનું માર્ગદર્શન મળ્યું. જયપુરની સ્થાપના વાસ્તુકળાની દૃષ્ટિથી એકદમ ઉત્તમ અને આકર્ષક છે. આ દરમિયાન રાજા જયસિંહે વિશ્વના પ્રસિદ્ધ ખગોળશાસ્ત્રીના ગ્રંથો મંગાવી તેના અધ્યયનનો પ્રારંભ કર્યો. ટાલિમી, ઉલુગબેગ, જોન ફ્લેક્સટીડ જેવા વિશ્વપ્રસિદ્ધ ખગોળશાસ્ત્રીઓની પુસ્તકો તેમની લાયબ્રેરીમાં હતી, જેનું તેમણે સારી રીતે અધ્યયન કર્યું. આ ગ્રંથોમાં અધ્યયન પછી રાજા જયસિંહે દૂરબીન પણ મંગાવ્યું. તેમણે જાતે દૂરબીન બનાવવાનો પ્રારંભ કર્યો.

રાજા જયસિંહના મનમાં અંતરિક્ષના ચંદ્ર અને તારાઓની સ્થિતિ અને ગતિનું અવલોકન કરવાની અદ્‌ભુત તૃષ્ણા હતી. તેઓ વ્યસ્ત હોવા છતાં પણ સમય કાઢીને અંતરિક્ષનું અધ્યયન કરતા હતા. તેમનું આ અધ્યયન એટલું ચોક્કસ હતું કે, તેમણે ચંદ્ર-તારાઓની ગતિને લઈને પહેલા જે અધ્યયન થયા હતા, તેમના આંકડાઓની ભૂલ શોધી અને તેને નિશ્ચિત કર્યા. તેના પછી ચંદ્ર, સૂર્ય અને તારાઓની સ્થિતિ અને ગતિના અધ્યયન માટે તેમણે દિલ્લીમાં જંતર મંતર બનાવ્યું અને ખગોળશાસ્ત્ર પર પોતાની પ્રસિદ્ધ પુસ્તક 'જિન મોહમ્મદ શાહી' પ્રકાશિત કરી. તેના પછી તેમણે કેટલાક શહેરોમાં જંતર-મંતર બનાવ્યા. રાજા જયસિંહે તેનો મુખ્ય વિચાર ઉલુગબેગથી લીધો. તેમના દ્વારા બનાવવામાં આવેલા જંતર-મંતરની ડિઝાઈન ઉલુગબેગની વેધશાળા જેવી જ છે.

રાજા જયસિંહે પોતાની વેધશાળામાં મૂળ યંત્રોને શોધ્યા અને પોતાની કલ્પના પ્રમાણે બનાવડાવ્યા, તે છે સમ્રાટ યંત્ર રામ-યંત્ર અને જયપ્રકાશ. આ યંત્રોમાં સમ્રાટ-યંત્ર ચોક્કસ સમય બતાવનારી સૂર્ય ઘડિયાળ છે. આનાથી સૂર્યની ઊંચાઈ પણ માપી શકાય છે. રામ યંત્રથી તારાઓની ઊંચાઈ તથા તેમની સ્થિતિની માહિતી મળી શકે છે. જયપ્રકાશથી તમામ ગ્રહોની સ્થિતિને માપી શકાય છે. જયસિંહે આ યંત્રોને પોતાના મૂળ વિચાર પ્રમાણે બનાવડાવ્યાં. આ કારણે તે તેમના સમયમાં વધુ સાચા અને શુદ્ધ ગણવામાં આવ્યા. આ કારણ છે કે, જયસિંહે આ યંત્રોના આધારે જે નિરીક્ષણ કર્યું અને કોષ્ટકો બનાવ્યા, તે વિશ્વપ્રસિદ્ધ ખગોળશાસ્ત્રીઓ ટાલિની અને ઉલૂગબેગની સરખામણીમાં ઘણાં સચોટ લાગે છે.

એક ખગોળશાસ્ત્રીના રૂપમાં રાજા જયસિંહની કેટલીક સ્પષ્ટ સીમાઓ છે. અત્યાર સુધી પૃથ્વીને ખગોળનું કેન્દ્ર માનીને અધ્યયન કરવામાં આવતું હતું અને એવું માનવામાં આવતું હતું કે તમામ અવકાશી પદાર્થો પૃથ્વીની આસપાસ ફરે છે, પરંતુ મહાન ખગોળશાસ્ત્રીઓ કોપરનિક્સે પોતાના ક્રાંતિકારી તારણોથી

સાબિત કરી દીધું કે અવકાશનું કેન્દ્ર પૃથ્વી નહીં, પરંતુ સૂર્ય છે અને તમામ ગ્રહો સૂર્યની ચારેય તરફ ફરે છે. પૃથ્વી સ્થિર હોવાની કલ્પના ખોટી છે. રાજા જયસિંહના સમયમાં કોપરનિક્સનો ક્રાંતિકારી વિચાર સામે આવી ગયો હતો. છતાં પણ રાજા જયસિંહે ખગોળની ભૂકેન્દ્રીય પૂર્વધારણાના આધારે જ પોતાના વિચારો અને માન્યતાઓ સામે રાખી.

શક્ય છે કે પંડિત-પૂજારીઓના ડરથી તેમણે એવું કર્યું હોય, કારણ તે વધારે ધાર્મિક ગ્રંથોમાં પૃથ્વીને સ્થિર અને સૂર્ય-ચંદ્રને તેની પ્રદક્ષિણા કરતા બતાવ્યા છે. એક પ્રતિભાશાળી ખગોળશાસ્ત્રી હોવા છતાં પોતાની માન્યતા પ્રમાણે સંશોધન ન કરાવી શકવું તેમની નબળાઈ માની શકાશે. આ ઉપરાંત, આશ્ચર્ય છે, તેમના ઘણા નિરીક્ષણો એકદમ સાચા હતા. તેમની જંતર મંતરની ગણનાઓ આજે પણ વૈજ્ઞાનિક દૃષ્ટિથી એકદમ સાચી અને ફિટ છે. આનાથી ખગોળશાસ્ત્રીઓના રૂપમાં તેમની ધૂન અને અસાધારણ પ્રતિભા ઉજાગર થાય છે.

૨ ઓક્ટોબર ૧૭૪૩ના રોજ આ નોંધનીય ખગોળશાસ્ત્રી સમ્રાટનું મૃત્યુ થયું. અલબત્ત, જ્યારે પણ ભારતમાં સૌથી વધુ મહત્ત્વપૂર્ણ વૈજ્ઞાનિકોની ચર્ચા થશે, ત્યારે સવાઈ રાજા જયસિંહ દ્વિતીયનું નામ પણ જરૂર સામેલ કરવામાં આવશે. તેમણે સાચે જ પ્રાચીન ખગોળશાસ્ત્ર અને આધુનિકતાની વચ્ચે એક ખૂબ જ અર્થપૂર્ણ કડીનું કામ કર્યું.

૨૨

પઠાણિ સામંત

ઓગણીસમી શતાબ્દીના મહાન ખગોળવિજ્ઞાની

(૧૮૩૫-૧૯૦૪)

૧૯મી શતાબ્દીના મહાન ભારતીય ખગોળશાસ્ત્રી પઠાણિ સામંત પોતાના અદ્ભુત વ્યક્તિત્વ અને કામો હોવા છતાં પણ લગભગ અપ્રસિદ્ધ જ રહ્યા. ઘણા ઓછા લોકો તેમની મહાન સિદ્ધિઓ અને કામથી જાણીતા છે, જ્યારે સંસારના અનેક જાણીતા વૈજ્ઞાનિકોમાં તેમના હોવા પર એક આશ્ચર્યની જેમ જોવાય છે. આ દર્શાવે છે કે ભારતીય વૈજ્ઞાનિકોના કાર્ય, જીવન સંઘર્ષ અને સિદ્ધિઓ પ્રત્યે આપણાં ભારતીયોનો અભિગમ ઉપેક્ષા અને બેદરકારીથી ભરેલો છે.

પઠાણિ સામંત નું પૂરું નામ હતું મહામહોપાધ્યાય પંડિત સામંત ચંદ્રશેખર હરિચંદન મહાપાત્ર. મોટાભાગે લોકો તેમને પઠાણિ સામંત કહીને જ બોલાવતા હતા. પશ્ચિમી જીવનશૈલીથી એકદમ અલગ ઓરિસ્સાના જંગલોમાં રહેતા ભારતીય ખગોળશાસ્ત્રનું અધ્યયન કરીને અને પોતાની આંખોના અવલોકનથી તેમણે એવા અદ્ભુત તારણો કાઢ્યા અને ખગોળ સિદ્ધાંત શોધ્યા કે આજના સમયમાં તેને આશ્ચર્ય માન્યા સિવાય કામ નથી ચાલતું. આ આશ્ચર્ય ત્યારે વધી જાય છે, જ્યારે આપણને ખબર પડે છે તેમની પાસે સામાન્ય ઘડિયાળ પણ નહોતી અને દૂરબીન હોવાનો પ્રશ્ન જ નહોતો. તમામ વસ્તુઓ તેમણે પોતાની આંખોથી જોઈને તેને માની હતી, તેમણે પરાવર્તિત અવલોકનો અને અપાર

મહેનતના બળ પર તારણો કાઢ્યા, એટલું જ નહીં પ્રાચીન ભારતીય વિદ્વાનોનાં સિદ્ધાંતોને અને તેમની ખામીઓ પણ દર્શાવી, જો કે આ ખામીઓને દૂર કરીને નવા સિદ્ધાંત બનાવીને પણ બતાવ્યા. આનાથી અંતરિક્ષના કેટલાક રહસ્યો અને ગ્રહોની ગતિઓની જાણકારી મળી.

૧૩ ડિસેમ્બર, ૧૮૩૫એ ઓરિસ્સાના ખંડપાડા રાજ્યમાં જન્મેલા પઠાણિ સામંત નાનપણથી જ પ્રકૃતિ પ્રેમી હતા અને પ્રકૃતિ અને અંતરિક્ષની તસવીરોને જોતા રહેવું તેમને સૌથી વધુ પ્રિય લાગતું હતું. આનાથી જ ગ્રહો-ઉપગ્રહો અને અંતરિક્ષવિજ્ઞાનમાં તેમને રસ ઉત્પન્ન થયો. તેમને આ દિશામાં કોઈ યોગ્ય વિદ્વાનનું માર્ગદર્શન પણ ન મળ્યું. પણ હા, પ્રાચીન વિદ્વાનો અને ખગોળશાસ્ત્રીઓના ગ્રંથોએ તેમનું વધારે માર્ગદર્શન કર્યું.

પઠાણિના દાદાજી ખંડપાડાના રાજા હતા, પરંતુ રાજપરિવારથી હોવા છતાં પણ તેમને રાજ્યથી કોઈ મદદ ન મળી અને કદાચ તેમણે તેની ઇચ્છા પર નહોતી કરી. તે રાજપરિવારના હોવાથી ગર્વ અનુભવે છે, વર્ચસ્વથી મુક્ત છે, તેઓ તેમની ધૂનમાં છે. પોતાની રીતે અધ્યયન કર્યું પોતાની રીતે જીવ્યા. તેમની પાસે પ્રતિભાનું અપાર બળ હતું. તેથી જ જેઓ તેમના સંપર્કમાં આવતા, તે તેમની યોગ્યતાથી આશ્ચર્યચકિત રહી જતા. ખાસ કરીને મહામહોપાધ્યાય મહેશચંદ્ર ન્યાયરત્ન તેમના ખગાળશાસ્ત્રી અને વિદ્વત્તાથી વિશેષ પ્રભાવિત હતા. પઠાણિ સામંતને મળ્યા પછી તેમને લાગ્યું કે વીજળી જેવી પ્રતિભાવાળો એક વ્યક્તિ તેમની સામે ઊભો છે, પરંતુ તે જાતે ખગોળવિજ્ઞાનના વિશે વધુ જાણતા ન હતા આથી પઠાણિ સામંતની વાતોની સત્યતા તપાસવા માટે તેમણે તેમના મિત્ર યોગેશચંદ રાયને કહ્યું.

યોગેશચંદ રાયે પઠાણિ સામંતની વાતને સાંભળીને તેમના તર્કો, સિદ્ધાંતો અને તેમની પાછળના ઊંડા ગંભીર અધ્યયનને સમજ્યું, તો તે આશ્ચર્યચકિત રહી ગયા. પઠાણિ સામંતના સિદ્ધાંત એટલી હદે તાર્કિક અને સાચા હતા કે તેમને લાગ્યું, શિક્ષિત સમાજમાં આનો પ્રચાર કરવો જરૂરી છે, આથી લોકો ભારતીય ખગોળવિજ્ઞાનની સિદ્ધિઓ, સતત શોધ અને તેની ઊંચાઈની જાણકારી મેળવી શકે. પરંતુ પઠાણિ સામંત જેટલા અધ્યયનના ઊંડાણમાં ડૂબેલા હતા, પ્રચાર પ્રસારથી એટલા જ દૂર રહેતા હતા. આખરે યોગેશચંદ રાયે જ તેમના વિચારો અને તેમની પુસ્તકને પોતાના સંપાદકીય લેખની સાથે પ્રકાશિત કરી. અને ત્યારે ભારત અને વિશ્વના વૈજ્ઞાનિકોએ પઠાણિ સામંતની પ્રતિભાની ચમક જોઈ. આશ્ચર્ય એ વાતનું છે કે, પોતાની પાસે સાધનો ન હોવા છતાં પણ માત્ર આંખોના અવલોકનથી હાંસલ કરેલા પઠાણિ સામંતના તારણો એકદમ સાચા

હતા. તેમની ખગોળ શાસ્ત્રમાં કામ કરવાની લગન એટલી ઊંડી હતી, એનાથી ખબર પડે છે. જ્યાં ક્યાંય સૂર્ય અને ચંદ્રગ્રહણ દેખાવાની સંભાવના હોય છે, ત્યાં માઈલો સુધી ચાલીને જતા અને સૂર્ય, ચંદ્ર અને આકાશની સ્થિતિનું અધ્યયન કરતા. તેમણે પોતાના માટે ખાસ મૌલિક યંત્રો પણ બનાવ્યા હતા, જેનાથી દૂરબીનની કમીને તેમણે સારી રીતે પૂર્ણ કરી લીધી હતી.

પઠાણિ સામંતે ખગોળશાસ્ત્રના સંબંધિત પોતાના સંપૂર્ણ અધ્યયને 'સિદ્ધાંત દર્પણ' પુસ્તકમાં રૂપ અને આકાર આપ્યો, જે પોતાના પ્રકારનું અનન્ય પુસ્તક છે. આમાં જૂના સમયના વિદ્વાનો દ્વારા ખગોળશાસ્ત્ર સંબંધી અધ્યયન અને સિદ્ધાંતોની ટીકા છે, તેમની ભૂલોના સંશોધન છે અને ફરી નવા સંશોધન કરાયેલા સિદ્ધાંત પણ આપવામાં આવ્યા છે. પઠાણિ સામંતે પોતાના આ ગ્રંથમાં સંસ્કૃત ભાષામાં તાડ-પત્ર પર લખ્યું, પરંતુ તેમની લિપિ ઉડિયા લિપિ હતી. પછી અંગ્રેજીમાં તેના ભાષાંતર છપાયા, તો વિશ્વના અન્ય વૈજ્ઞાનિકોનું ધ્યાન પણ એમની તરફ ગયું.

'નેચર' અને 'નૉલેજ' જેવી આંતરરાષ્ટ્રીય મહત્ત્વની જ્ઞાન-વિજ્ઞાનની પત્રિકાઓએ પઠાણિ સામંતના કામો, સિદ્ધિઓ અને તેમના અનોખા ખગોળવિજ્ઞાનના ખૂબ વખાણ કર્યાં. થોડા સમય પછી પઠાણિ સામંતના પુત્રએ તેમની જીવનકથા લખી, ત્યારે તેમના જીવન સંઘર્ષ અને મુશ્કેલીઓ અંગે માહિતી મળી, જેમાંથી પસાર થઈ અને ઘણા કષ્ટો સહન કરી આ મહાન ખગોળવિજ્ઞાનીએ પોતાના સિદ્ધાંત શોધ્યા. જર્મની, બ્રિટન, ફ્રાંસ, અમેરિકા જેવાં દેશોના વૈજ્ઞાનિકોએ પઠાણિ સામંત પર લખાયેલી આ પુસ્તકને મંગાવી અને તેમના જીવન અને કામો પર શોધનો લાંબો સિલસિલો ચાલી નીકળ્યો.

પઠાણિ સામંતે રાત્રિનું આકાશ જોવા માટે વાંસ અને લાકડીઓની મદદથી નાના નાના સાધનો બનાવ્યા, તેનાથી તેમની વૈજ્ઞાનિક સમજ અને મૌલિકતા ખબર પડે છે. આધુનિક યુગમાં તેમનાથી મોટા મૂળ વિચારોવાળા ખગોળશાસ્ત્રી બીજા કોઈ નથી થયા. ૧૧ જૂન, ૧૯૦૪ના રોજ તેમનું નિધન થયું. દુઃખ છે કે આવા અસાધારણ ખગોળ વિજ્ઞાનીના વિષયમાં આપણે ભારતીય ઓછું જાણીએ છીએ.

૨૩

સર ગંગારામ

ભારતના મહાન સ્વપ્નદૃષ્ટા એન્જિનિયર
(૧૮૫૧-૧૯૨૭)

સર ગંગારામનું નામ ભારતના પ્રતિભાશાળી, સ્વપ્નદૃષ્ટા એન્જિનિયરોમાં ઘણું આદરથી લેવામાં આવે છે, જેમણે વૈજ્ઞાનિક દૃષ્ટિથી સંપન્ન એક નવા અને ઔદ્યોગિક ભારતનો પાયો નાખ્યો. તે મહાન દેશભક્ત હતા, પણ તેમનો વિશ્વાસ હતો કે વૈજ્ઞાનિક પ્રગતિ વગર ભારત સુધારો નહીં કરી શકે. તેમનું કહેવું હતું કે, જો કોઈ દેશની જનતાના પેટમાં ભૂખ છે તો તે દેશ ક્યારેય પ્રગતિ નથી કરી શકતો અને જનતાનું પેટ ભરવા માટે આપણે દેશમાં ઉદ્યોગોનો વિકાસ કરવો પડશે. સર ગંગારામ એટલા સ્માર્ટ અને પ્રતિભાશાળી એન્જિનિયર હતા કે તેમને દેશના નિર્માણની મોટી યોજનાઓ સોંપવામાં આવી અને તેમણે આશ્ચર્ય ભરેલું કામ કરીને બતાવ્યું કે અંગ્રેજ સરકાર પણ તેમની સફળતાથી મુગ્ધ હતી. આથી તેમને 'સર'ની ઉપાધિથી સન્માનિત કરવામાં આવ્યા.

૧૩ એપ્રિલ, ૧૮૫૧ના પંજાબના શેખૂપુરા જિલ્લાના મંગતવાલી ગામમાં જન્મેલા ગંગારામ નાનપણથી જ બુદ્ધિશાળી, તેજસ્વી અને અભ્યાસી હતા. તેમને શરૂઆતથી જ એક નોંધનીય બાળક સમજવામાં આવતા હતા. તેમના પિતા લાલા દૌલતરામ પોલીસમાં હતા. પછી તે અમૃતસર આવી ગયા. ગંગારામનો અભ્યાસ પહેલા અમૃતસર અને પછી લાહોરમાં થયો. રૂડકીની

થોમસન એન્જિનિયરિંગ કૉલેજમાં તેમણે એન્જિનિયરિંગનો અભ્યાસ કર્યો. ત્યાર પછી લાહોરમાં તેમણે સહાયક એન્જિનિયર તરીકે કામ શરૂ કર્યું. થોડા સમય બાદ અમૃતસર-પઠાણકોટ રેલવે લાઈન લગાવવાની યોજના બની, તો સર ગંગારામને જ તેને પૂર્ણ કરવાની જવાબદારી સોંપવામાં આવી. તેમણે મોટી યોજનાને કુશળતાથી પૂર્ણ કરી બતાવી. થોડાં સમય પછી તે લાહોરના એક્ઝિક્યૂટિવ એન્જિનિયર બન્યા અને હીરામંડી વૉટરવર્ક્સ, મેયો સ્કૂલ ઑફ આર્ટ્સ, ગુરુદ્વારા સહિત કેટલાક મકાનોને પૂર્ણ કરાવ્યા. આ નોકરીને છોડ્યા પછી પણ તેમના પગ કદી રોકાયા નહીં. તેમની પ્રતિભાથી પ્રભાવિત થઈને તેમને પટિયાલા બોલાવવામાં આવ્યા. ત્યાં મોતીબાગ મહેલ અને સચિવાલય સહિત કેટલીક ઐતિહાસિક ઇમારતો તેમણે બનાવી. આવી રીતે બનારસ હિન્દુ વિશ્વવિદ્યાલયના નિર્માણ માટે માલવીયજીએ તેમને સલાહ આપવા માટે આગ્રહ કર્યો. તેની ભવન-રચના તેમના નિર્દેશ અનુસાર બની.

ગંગારામના જીવનનું આનાથી પણ મહત્ત્વનું કામ હજુ થવાનું બાકી હતું. આ એક એવું પ્રભાવશાળી કામ હતું, જેણે પાછળથી સમગ્ર ભારતમાં હરિયાળી ક્રાંતિના બીજ વાવ્યા. સર ગંગારામે જોયું કે, પંજાબમાં જમીનનો એક મોટો ભાગ સિંચાઈના સાધનોના અભાવમાં ઉજ્જડ પડ્યો છે. કારણ એ જ હતું કે તે જમીન નદીઓની સપાટીથી ઘણી ઊંચી હતી. નદીના પાણીથી એની સિંચાઈ કેવી રીતે કરી શકાય? ગંગારામે કહ્યું કે આજે એન્જિનિયરિંગ એ અવસ્થામાં આવી ગયું છે કે 'ઉત્કર્ષ સિંચાઈ' એટલે કે પાણીની સપાટીથી કેટલાક ફૂટ ઊંચી જમીન પર સિંચાઈ કરવાનું પણ સંભવ છે. આ સાંભળીને સૌ આશ્ચર્યચકિત થયા.

સર ગંગારામે આ વિષયમાં પ્રયોગ કરવાની વાત કરી, તો તેમને ઘણી જમીન આ કામ કરવા માટે મળી ગઈ. આ જમીન લાયલપુરમાં હતી અને શહેરના પાણીથી આઠથી નવ ફૂટ ઊંચી હતી. ભયાનક ગરમીના દિવસોમાં પણ રાત-દિવસ તેઓ પોતાના કામોમાં જોડાયેલા હતા. ત્યાં સુધી મશીનો લાવવાનું કામ પણ અઘરું હતું, પણ ધૂની ગંગારામ અડગ રહ્યા. આખરે તેમણે ત્યાં એવો પાક ઉગાડીને બતાવ્યો કે લોકોને લાગ્યું, આ હકીકત નથી, સ્વપ્ન છે! દેશમાં દરેક જગ્યાએ તેમની વાહવાહી થઈ રહી હતી. પછી તો પંજાબ જ નહીં, દેશના અન્ય ભાગોમાં પણ તેમની સિંચાઈની અનોખી યુક્તિને અપનાવાઈ અને સમગ્ર દેશમાં હરિયાળી ક્રાંતિનો પાયો નંખાયો.

ત્યારબાદ ગંગારામના મનમાં પાણીથી વીજળી પેદા કરવાનો વિચાર આવ્યો. તેમણે વિચાર્યું કે પંજાબમાં કેટલીક નેહરો બનાવવામાં આવી છે. એનાથી વીજળી કેમ ન બનાવી શકાય? સરકારે તેમને ઘણી મોટી ઉજ્જડ જમીન તેમનું

કામ પૂર્ણ કરવા માટે આપી અને ગંગારામ પોતાના સ્વપ્નને પૂર્ણ કરવામાં જોડાઈ ગયા. તેમણે રેનલાખુર્દમાં પણ વીજળીઘર બનાવ્યું. જગ્યા જગ્યાએ લોખંડના થાંભલાં લગાવ્યાં.

પણ મુશ્કેલી એ હતી કે, ત્યાં પાણી માત્ર બે ફૂટ ઊંચાઈથી પડતું હતું, તો પછી વીજળી કેવી રીતે બને! આખરે તેમાંથી એક નાની નહેર નીકળી ગઈ. પછી વ્યવસ્થા એ કરવામાં આવી કે પાણી હવે છ ફૂટ ઊંચાઈથી પડવા લાગ્યું. તેના પછી ખાસ પ્રકારના ટરબાઈન લગાવવામાં આવ્યા. વરાળથી ચાલનારી મશીન લાવવામાં આવી. માઈલો લાંબા નાળાઓ, નહેરો અને પુલ બન્યાં. અને આખરે સર ગંગારામે આટલી ઓછી ઊંચાઈથી પડનારા પાણીમાંથી વીજળી પેદા કરીને બતાવી. આ એક અદ્ભુત વૈજ્ઞાનિક ચમત્કાર હતો!

સર ગંગારામના મનમાં દેશ સેવા કરવાની ઘણી ઉત્કંઠા હતી. તેમની પાસે જે પણ વૈજ્ઞાનિક યોગ્યતા હતી, તેને તેમણે દેશના નવનિર્માણમાં લગાવી. તેમનું સ્વપ્ન હતું કે, ભારત ઔદ્યોગિક રીતે સંપન્ન બને અને તેમાંથી ઘણું બધું તેમણે તેમની સામે કરી બતાવ્યું. ગરીબીનું દુઃખ તેઓ જાણતા હતા, આથી ગરીબ અને અસહાય લોકોની સેવા જ તેમને સાચી દેશભક્તિ લાગતી હતી. તેમણે ગરીબો અને વિધવાઓની મદદ માટે કેટલીક સંસ્થાઓ બનાવી. વિદ્યાર્થીઓને શિક્ષણમાં પ્રોત્સાહન આપવા માટે પણ ઘણું કામ કર્યું.

ગરીબોની સારવાર અને દેશના લોકોના માટે સારી એવી તબીબી સુવિધાઓ ભેગી કરવાના ઉદ્દેશ્યથી સર ગંગારામે જગ્યા જગ્યાએ હોસ્પિટલો બનાવી. આજે પણ સર ગંગારામ ટ્રસ્ટ અંતર્ગત હૉસ્પિટલો સારી રીતે કામ કરી રહી છે. તેમાંની એક હૉસ્પિટલ દિલ્લીમાં પણ છે, જે ઘણી પ્રતિષ્ઠિત છે.

વિશાળ હૃદય અને મોટા ઈરાદાઓવાળા ગંગારામ એક અદ્ભુત વૈજ્ઞાનિક જીવનની છેલ્લી પળ સુધી કોઈ તપસ્વીની જેમ પોતાના કામમાં લાગ્યા રહ્યા. ૧૦ જુલાઈ ૧૯૨૭ના રોજ ૭૬ વર્ષની અવસ્થામાં તેમણે અંતિમ શ્વાસ લીધા. આ મહાન સ્વપ્નદર્શી એન્જિનિયરે એક નવા, અદ્યતન ભારતનું જે સ્વપ્ન જોયું હતું, તે આજે ઘણા અંશ સુધી પૂર્ણ થઈ ગયું છે.

૨૪

જગદીશચંદ્ર બસુ

આધુનિક ભારતના સિરમોર વૈજ્ઞાનિક

(૧૮૫૮-૧૯૩૭)

જગદીશચંદ્ર બસુની ગણતરી આધુનિક ભારતના અગ્રણી વૈજ્ઞાનિકોમાં થાય છે. વૃક્ષ, છોડ અને નિર્જીવ ધાતુઓ અને અન્ય પદાર્થોમાં પણ જીવન બતાવીને જગદીશચંદ્ર બસુએ વિજ્ઞાન-જગતમાં એક નવો ઈતિહાસ રચ્યો. તેમણે એક સજીવ અને નિર્જીવની વચ્ચેનું વિશાળ અંતર ઓછું કર્યું, તો બીજી તરફ વિજ્ઞાન અને દર્શનની વચ્ચેની વિભેદક રેખાને પૂર્ણ કરતા વિજ્ઞાનને ભારતીય ચિંતન અને દર્શનની નજીક પહોંચાડ્યું.

જગદીશચંદ્ર બસુનો જન્મ ૩૦ નવેમ્બર ૧૮૫૮ના બંગાળ (હવે બાંગ્લાદેશ)ના મેમનસિંહ નામના નગરમાં થયો હતો. તેમને નાનપણથી જ અલગ અલગ પ્રકારના જાનવરોથી પ્રેમ હતો. તેમના સ્વભાવ અને રહેણીકરણીનું અધ્યયન કરવું તેમને સારું લાગતું હતું. જગદીશચંદ્ર બસુના પિતા ભગવાનચંદ્ર બસુ ડેપ્યૂટી કલેક્ટર હતા. તે પશ્ચિમી સભ્યતાને પસંદ નહોતા કરતા. આથી, શરૂઆતમાં જગદીશચંદ્ર બસુને એવી સ્કૂલમાં ભણાવ્યાં, જયાં તેમણે આદિવાસીઓ અને ગરીબ ગ્રામિણ બાળકોની સાથે રહેવાનો અને રમવાનો મોકો મળ્યો. જગદીશચંદ્ર બસુને એ સારું લાગ્યું અને તેમના ઘણાં બધા સંસ્કારો અહીં બન્યા જે જીવનભર તેમને દિશા બતાવતા રહ્યાં. પછી કલકત્તાની સેન્ટ ઝેવિયર્સ સ્કૂલમાં તેમને દાખલ કરવામાં આવ્યા. અહીંયા અંગ્રેજ અને એંગ્લો

ઈન્ડિયન વિદ્યાર્થી હતા, જે શરૂઆતમાં જગદીશચંદ્રની ઘણી મજાક ઉડાવીને તેમને પરેશાન કરતા હતા. એક દિવસ ત્રાસી જઈ તેમણે એક દુષ્ટ બોક્સર છોકરાને માર મારવો પડ્યો, પરંતુ તેના પછી કોઈએ તેમને ત્રાસ આપવાનું સાહસ ન બતાવ્યું.

જગદીશચંદ્ર બસુનું આગળનું ભણતર સેન્ટ ઝેવિયર્સ કૉલેજમાં થયું. અહીંયા તેમને પ્રોફેસર ફાદર લિફાંટનો સાથ મળ્યો. જેમણે જગદીશચંદ્ર બસુને ભૌતિક વિજ્ઞાન અને ગણિત ભણવા માટે પ્રોત્સાહિત કર્યા, પણ જગદીશચંદ્ર બસુના અંદર કંઈક બીજુ ચાલી રહ્યું હતું. તેમને જીવ-જંતુઓથી અથાગ પ્રેમ હતો. આ કારણે તેઓ ડૉક્ટર બનવાનું વિચારતા હતા. લંડનમાં મેડિસિનમાં તેમણે એડમિશન લઈ લીધું. પણ ત્યાં જે કેમિકલોનો ઉપયોગ થતો હતો, તેનાથી તેમને એલર્જી થઈ ગઈ. આથી તે ભણવાનું વચ્ચે છોડીને પરત ફરી ગયા.

તેના પછી તેમને કેમ્બ્રિજની ક્રાઈસ્ટ કૉલેજમાં ભણવા મોકલ્યા. અહીંયા લોર્ડ રૈલે, ફ્રાંસિસ ડાર્વિન અને સિડની વિનિયા જેવા પ્રાધ્યાપકોએ તેમને ભણાવ્યા. જોત જોતામાં જ જગદીશચંદ્ર બસુની અંદર જ્ઞાન અને વિજ્ઞાનના નવા ક્ષિતિજો ખુલવા લાગ્યા. ભારત આવ્યા બાદ કલકત્તાની પ્રેસીડેન્સી કૉલેજમાં સહાયક પ્રાધ્યાપક તરીકે તેમની નિયુક્તિ થઈ. જ્યાં બસુને અંગ્રેજોની સરખામણીએ અડધો પગાર મળતો હતો. શોધ કરવાની સુવિધા પણ તેમને નહોતી અપાઈ. બસુ ત્રણ વર્ષ સુધી પગારને અડ્યા પણ નહોતા. આખરે કૉલેજની વ્યવસ્થાપન સમિતિએ આ ખોટા નિર્ણયને પાછો લેવો પડ્યો અને જગદીશચંદ્ર બસુને અંગ્રેજ પ્રાધ્યાપકોના બરાબર પગાર મળવા લાગ્યો.

બસુ હવે પૂર્ણ રીતે અધ્યયન અને અનુસંધાનમાં ડૂબી ગયા. તેમણે વાયરલેસ ટેલિગ્રાફની શોધ કરી અને તેનું સફળ પ્રદર્શન પણ કર્યું, પરંતુ આ શોધને પેટન્ટ ન કરાવવા બદલ એનો શ્રેય મારકોનીને આપવામાં આવ્યો. પછી ઈંગ્લેન્ડની એક પત્રિકાએ એ વાત છાપી ત્યારે સમગ્ર સંસારનું ધ્યાન જગદીશચંદ્ર બસુ તરફ ગયું.

સન્ ૧૯૦૦માં પેરિસમાં ભૌતિકશાસ્ત્રની આંતરરાષ્ટ્રીય કોન્ફરન્સ થઈ, જેમાં બસુએ પોતાનું પ્રસિદ્ધ શોધપત્ર વાંચ્યું. તેમણે ભારપૂર્વક કહ્યું કે વૃક્ષ-છોડ અને ધાતુઓને નિર્જીવ કહેવું ખોટું છે. તેમનામાં પણ એવું જ જીવન છે, જેવું જીવ-જંતુઓમાં નજરે ચઢે છે. હા, તેને ઘણી કાળજીપૂર્વક જોવાની જરૂરિયાત પડે છે. તેમણે ગાજર અને સલગમના પાંદડાઓ પર તેનો પ્રયોગ કરીને પોતાને સાબિત કર્યા. પછી લંડનમાં લીનિયન સોસાયટીના આમંત્રણ પર તે ગયા અને પોતાના શોધપત્રને વાંચ્યું. રોયલ સોસાયટીએ શરૂમાં તેમના શોધપત્રનો

અસ્વીકાર કરી દીધો હતો, પરંતુ પછીથી તેને પ્રકાશન માટે સ્વીકાર કરી લીધો. આનાથી બસુની ખ્યાતિ વધુ ઊંચાઈએ પહોંચી ગઈ. ટૂંકા ગાળામાં સમગ્ર વિશ્વમાં તેમનો વિચાર ફેલાઈ ગયો કે સજીવ અને નિર્જીવ વચ્ચે સમજવામાં આવતી વસ્તુઓની વચ્ચે એટલી મોટી ખીણ નથી, જેવું કે દુર્ભાગ્યથી સમજી લેવામાં આવે છે.

બસુનું કહેવું હતું કે, જ્યારે વૃક્ષ-છોડ વગર ફેફસાએ શ્વાસ લઈ શકે છે, પેટ અને સ્નાયુઓ વગર ખોરાકને પચાવી શકે છે. તો શા માટે આપણે નર્વસ સિસ્ટમ અનુભવી શકતા નથી? તેમાં પણ મનુષ્ય જેવી સંવેદનશીલતા હોય છે. છોડની ઉત્તેજના અને સંવેદનશીલતાના પ્રભાવ અને અધ્યયન માટે બસુએ રગેનેંટ રેકોર્ડર,ફાઇટોગ્રાફ ફોટોસિંથેટિક રિકોર્ડર અને કેશ્કોગ્રાફ જેવા કેટલાક અદ્ભુત યંત્ર બનાવ્યા. આ યંત્રોની ખાસિયત એ હતી કે છોડની વૃદ્ધિ અથવા તેના પર પડનારા પ્રભાવોને કેટલાક ગણા વધારીને બતાવી શકે છે. શરૂમાં બસુના વિચારોનો ઉપહાસ કરનારા લોકો ઓછા નહોતા. પણ ધીમે ધીમે તમામ ગંભીર વૈજ્ઞાનિકોએ તેમના મતને માની લીધો. પૂરા વિશ્વમાં જગદીશચંદ્ર બસુની ધૂમ મચી ગઈ.

૨૩ નવેમ્બર, ૧૯૩૭ના રોજ જગદીશચંદ્ર બસુનું નિધન થયું. આધુનિક ભારતમાં વિજ્ઞાનનો ધ્વજ લહેરાવનારા આ મહાન વૈજ્ઞાનિકનું કામ આગળ આવનારી સદીઓ સુધી આપણને રાહ ચીંધતું રહેશે.

૨૫

પ્રફુલ્લચંદ્ર રાય

આધુનિક ભારતના મહાન રસાયણજ્ઞ

(૧૮૬૧-૧૯૪૪)

પ્રફુલ્લચંદ્ર રાય આધુનિક ભારતના રહસ્યવાદીઓમાંથી છે, જેમણે ઘણાં દુઃખો સહન કરીને પોતાની ઊંડી સમજણથી ભારતમાં વૈજ્ઞાનિક પ્રગતિનો માર્ગ મોકળો કર્યો અને તેને જનતાના કલ્યાણ અને સેવા સાથે ઊંડાઈથી જોડ્યો. વિજ્ઞાન પણ તેમના માટે માનવતાની સેવાનું એક સાધન જ હતું. આધુનિક ભારતમાં રસાયણશાસ્ત્રનો પાયો નાખનારા આ મહાન વૈજ્ઞાનિકનું વ્યક્તિત્વ એટલું સાદું હતું કે એને જોઈને લોકો આશ્ચર્યચકિત થઈ જતા. તેમનાથી પ્રેરણા લઈને હજારો નવયુવાનો વિજ્ઞાન તરફ આકર્ષિત થયાં અને તેમાંથી કેટલાક ખ્યાતનામ વૈજ્ઞાનિક બન્યાં.

૨ ઓગસ્ટ, ૧૮૬૧માં ખુલના જિલ્લાના રાડૂલી ગામમાં જન્મેલા પ્રફુલ્લચંદ્ર રાય નાનપણથી જ ખૂબ જ બુદ્ધિશાળી અને હોંશિયાર હતા અને મોટાભાગના સમયમાં તેઓ પોતાના અધ્યયનમાં ડૂબેલા રહેતા. તેમના પિતા હરિશ્ચંદ્રરાય પ્રતિષ્ઠિત વ્યક્તિ હતા અને ફારસીના વિદ્વાન હતા. તેમનો વિચાર હતો કે આપણે અંગ્રેજી અને ભારતીય બંને ભાષાઓ શીખવી જોઈએ. પાશ્ચાત્ય અને ભારતીય બંને રીતનું જ્ઞાન પ્રાપ્ત કરીને જ વ્યક્તિત્વનો સંતુલિત વિકાસ થઈ શકે છે. શિક્ષણના પ્રચાર-પ્રસારમાં રસ હોવાને કારણે પોતાના ગામમાં તેમણે એક સ્કૂલ ખોલાવી હતી. શરૂમાં પ્રફુલ્લચંદ્ર રાય આ સ્કૂલમાં ભણ્યા હતા. પછી પિતાનું કોલકાતા આવી જવા પર પ્રફુલ્લચંદ્ર રાયે કોલકાતામાં હાયર સ્કૂલમાં

શિક્ષણ હાંસલ કર્યું. કેટલાક સમય પછી ગંભીર રીતે બીમાર થવાને કારણે તેમની શિક્ષા રોકાઈ ગઈ, પરંતુ ઘરે રહીને પણ પ્રફુલ્લચંદ્ર રાયે ગોલ્ડ સ્મિથ, ઍડિસન વગેરેની રચનાઓ વાંચી. વાંચવા-લખવાનો શોખ તેમને અંત સુધી રહ્યો અને તેનાથી તેમના વ્યક્તિત્વમાં નિખાલસતા આવી. તે સમયમાં બ્રહ્મસમાજ પ્રત્યે તેમને આકર્ષણ થયું. કેશવચંદ સેનના છટાદાર પ્રવચનોને તેઓ ખૂબ જ રસપૂર્વક સાંભળતા હતા.

કલકત્તાની પ્રેસીડેન્સી કૉલેજમાં ભણ્યા બાદ આગળના ભણતર માટે તેઓ ઈંગ્લેન્ડ ગયા અને એડિનબરામાં છ વર્ષ સુધી તેમણે અધ્યયન કર્યું. ત્યાંથી તેમણે વિજ્ઞાનની સૌથી મોટી ડિગ્રી ડી.એસ-સી. મેળવી હતી. ભારત પરત ફર્યા બાદ તેમના મનમાં માત્ર એ સૂર સમાઈ ગયો કે જે પણ થાય, ભારતને વિજ્ઞાનના પ્રગતિ પથ પર આગળ વધારવું જોઈએ. તેમનો દૃઢ વિચાર હતો કે વિજ્ઞાનથી જ ભારત આગળ વધી દુનિયાના મુખ્ય રાષ્ટ્રોમાં પોતાની ગણતરી કરાવી શકે છે. તેમનું માનવું હતું કે, પ્રાચીન કાળમાં ભારત વૈજ્ઞાનિક દૃષ્ટિથી ખૂબ જ અદ્યતન દેશ હતો, પરંતુ બાદમાં ભારતમાં ધર્મના નામે કટ્ટરતા અને સંપ્રદાયોનો ઉદ્ભવ થયો, જેણે દેશના વૈજ્ઞાનિક વિકાસના રસ્તા પર મોટો વિક્ષેપ નાખ્યો. આવી રીતે આ દેશ પતન તરફ ચાલ્યો ગયો.

પ્રફુલ્લચંદ્ર રાયના આ વિચારોને વાંચીને લોકો આશ્ચર્યચકિત રહી ગયા અને ભારતના પ્રાચીન વૈજ્ઞાનિકોનાં કામો અને શોધ તરફ સમગ્ર વિશ્વનું ધ્યાન ગયું. પોતાના આવા વિચારોને આધાર બનાવીને તથા ઘણી શોધ કરીને તેમણે પોતાની પુસ્તક 'હિસ્ટ્રી ઑફ હિંદૂ કેમૅસ્ટ્રી' લખી, જેણે ભારે હંગામો મચાવ્યો અને દેશ-વિદેશના હજારો વૈજ્ઞાનિકોનું ધ્યાન આકર્ષિત કર્યું. એને વાંચીને ખબર પડે છે કે જૂના જમાનામાં ભારત વિજ્ઞાનમાં સમગ્ર વિશ્વમાં આગળ હતો. રસાયણશાસ્ત્ર અને રસાયણમાં અહીંયા એવી એવી શોધ થઈ ચુકી હતી, જેને ઘણા વર્ષો પછી પણ અન્ય દેશોને કંઈ ખબરસુદ્ધાં નહોતી.

ખુદ પ્રફુલ્લચંદ્ર રાયે કેટલીક એવી મહત્ત્વપૂર્ણ વૈજ્ઞાનિક શોધ કરી, જેમણે સંસારના તમામ વૈજ્ઞાનિકોને પ્રભાવિત કર્યા. ખાસ કરીને સન્ ૧૮૯૫માં મરક્યૂરિયસ નાઈટ્રેટની શોધથી પ્રફુલ્લચંદ્ર રાયનું નામ ઝડપથી વિજ્ઞાન જગતમાં ફેલાઈ ગયું. આવી રીતે ડૉ. રાયના પ્રયાસોથી વૈજ્ઞાનિક સિદ્ધિઓના ક્ષેત્રમાં ભારતનું નામ આદર સાથે લેવામાં આવવા લાગ્યું.

પ્રફુલ્લચંદ્ર રાય માત્ર કહેતા જ નહોતા, પરંતુ જે કહેતા હતા, તે કરતા પણ દેખાતા હતા. આ જ કારણથી તેમણે સ્વયં વિજ્ઞાનના ક્ષેત્રમાં ઉલ્લેખનીય કામ કર્યું, સાથે જ વિજ્ઞાનના વિદ્યાર્થીઓને પણ સતત મદદ કરતા રહ્યાં. વિજ્ઞાનના

પ્રાધ્યાપકના રૂપમાં તેમને સારો એવો પગાર પણ મળતો હતો, પણ તે તેમાંથી પોતાના જીવન-નિર્વાહ માટે બસ થોડું ધન લેતા હતા. બાકીના પૈસા તે વિજ્ઞાનના વિદ્યાર્થીઓને શિષ્યવૃત્તિના રૂપમાં આપી દેતા હતા. ત્યાં સુધી કે, ફી આપવામાં મુશ્કેલી હોય અથવા કોઈ બીજી પરેશાની આવી જાય, તો ખુદ મુશ્કેલીમાં હોવા છતાં પણ, તે પોતાની તરફથી ધન આપી વિદ્યાર્થીઓને આગળ ભણવા અને કામ કરવા માટે પ્રોત્સાહિત કરતા હતા.

રસાયણ શાસ્ત્રના ક્ષેત્રમાં ભારતને આગળ વધારવા માટે ડૉ. રાયે ઘણા નાના ફાઈનાન્સથી બંગાળમાં કેમિકલ વર્ક્સની સ્થાપના કરી, જેણે ખૂબ જ ટૂંકા ગાળામાં સારો એવો સુધારો કર્યો. પ્રફુલ્લચંદ્ર રાયની સમજણ અને તપસ્યાને હવે સૌ કોઈએ માની લીધી હતી.

અનેક લોકો તેમના ભક્ત હતા. તેમના શિષ્યોમાં મેઘનાદ સાહા, રસિકલાલ દત્ત અને નીલરતન ધર પણ હતા, જેમણે આગળ ચાલીને ઘણું કામ કર્યું અને પ્રસિદ્ધિ પ્રાપ્ત કરી. પ્રફુલ્લચંદ્ર રાયનો બંગાળના યુવકો પર એટલો ઊંડો પ્રભાવ હતો કે, ક્યારેક ક્યારેક લોકો તેમને રાજનીતિમાં આવી જવા માટે કહેતા. આ માટે તેમને જવાબ હતો કે, 'દેશને વૈજ્ઞાનિકોની જરૂરિયાત છે. જ્યારે દેશમાં ત્રીસ રસાયણ શાસ્ત્રી પેદા થઈ જશે, ત્યારે હું પોતાનું કામ છોડી રાજનીતિમાં કામ કરવા લાગીશ.'

એ ઓછા આશ્ચર્યની વાત નથી કે, એક તરફ પ્રફુલ્લચંદ્ર રાય દેશના વૈજ્ઞાનિક વિકાસના મજબૂત હિમાયતી હતા, તો બીજી તરફ ગાંધીજીના ચરખાનું જોરદાર સમર્થન કરતા હતા. તેમનું માનવું હતું કે ભલે મોટી મિલો આગળ ચરખો ટકી ન શકે, પણ આનાથી ગરીબ જનતાની મોટી સેવા થઈ શકે છે.

૧૬ જૂન, ૧૯૪૪ના ભારતના આ મહાન રસાયણશાસ્ત્રીનું નિધન થયું. તે દેશના સાચા સપૂત હતા, જે દેશની વૈજ્ઞાનિક પ્રગતિ માટે દરેક પળે બેચેન રહેતા હતા. સાચું તો એ છે કે આજે ભારત વૈજ્ઞાનિક દૃષ્ટિથી જેટલો આગળ વધ્યો છે, તે ક્યારેય સંભવ ન થઈ શક્યું હોત જો, ડૉ. પ્રફુલ્લચંદ્ર રાય જેવા રહસ્યવાદીઓનું માર્ગદર્શન ન મળ્યું હોત.

ખરેખર જ તે એવા વૈજ્ઞાનિક હતા, જેમને 'આધુનિક વિજ્ઞાનના ઋષિ' કહેવાય છે.

૨૬

મોક્ષગુંડમ વિશ્વેશ્વરૈયા

એક મહાન કલ્પનાશીલ એન્જિનિયર

(૧૮૬૧-૧૯૬૨)

મોક્ષગુંડમ વિશ્વેશ્વરૈયાની ગણતરી ભારતના મહાન એન્જિનિયરોમાં થાય છે, જેમની પાસે વિજ્ઞાનની ઊંડાણપૂર્વકની માહિતી જ નહોતી, હૃદયમાં દેશભક્તિનું તોફાન અને દેશના વિકાસ માટે જીવવા-મરવાની તડપ હતી. સાચું તો એ છે કે, ભારતના મહાન સ્વાતંત્ર્ય સેનાની અને રાજનેતાઓએ સ્વાતંત્ર્ય સંગ્રામમાં ભાગ લઈને દેશની જેટલી સેવા કરી, તેમાં મોક્ષગુંડમ વિશ્વેશ્વરૈયાએ નદીઓ પર વિશાળકાય બંધ બનાવી અને સ્ટીલના કારખાના ખોલી દેશની પ્રગતિમાં ઓછું યોગદાન નથી આપ્યું.

૧૫ સપ્ટેમ્બર, ૧૮૬૧ના કર્ણાટકના કોલાર જિલ્લાના મદનહલ્લી ગામમાં જન્મેલા વિશ્વેશ્વરૈયા નાનપણથી ખાસા અભ્યાસુ હતા. માતા-પિતા ગરીબ હતા, જે તેમના ભણતરનો ખર્ચ નહોતા ઉપાડી શકતા. આથી જેમ તેમ ટ્યૂશન કરાવી પોતાની ફીની વ્યવસ્થા કરતા હતા. તેમની કૉલેજના અંગ્રેજ આચાર્ય તેમની પ્રતિભા જોઈ સંમોહિત હતા. તેમણે પોતાના આ બુદ્ધિમાન વિદ્યાર્થીની પ્રશંસામાં એક પત્ર લખીને મોકલ્યો. આનાથી ન માત્ર એન્જિનિયરિંગ કૉલેજમાં તેમને પ્રવેશ મળ્યો, પરંતુ સાથે જ શિષ્યવૃત્તિ પણ મળવા લાગી. આનાથી વિશ્વેશ્વરૈયાની રસ્તો આસાન થયો અને તે દિવસ-રાત પોતાના ભણતરમાં ડૂબી ગયા.

એન્જિનિયરિંગનું ભણતર પૂર્ણ કર્યા પછી વિશ્વેશ્વરૈયા મુંબઈના સાર્વજનિક નિર્માણ વિભાગમાં સહાયક એન્જિનિયરના પદ પર નોકરી કરવા લાગ્યા. તેમની નિખાલસતાથી પહેલા તો ઉચ્ચ અધિકારી થોડા નારાજ થયા પણ વિશ્વેશ્વરૈયાની કામ કરવાની ક્ષમતા અને ગુણોની જેમ જમ ખબર પડી, તેમ તેઓ તેમના વખાણ કરવા લાગ્યા. જે કામોને અંગ્રેજ અધિકારી કરતા ડરતા હતા, તેને વિશ્વેશ્વરૈયાએ હાથમાં લીધા અને જલ્દી પૂરાં કરી બતાવ્યા.

સરકારી નોકરીમાંથી મુક્ત થયા બાદ વિશ્વેશ્વરૈયાએ હૈદરાબાદ સરકારના કહેવા પર રજવાડા રાજ્યમાં વિશેષ સલાહકાર એન્જિનિયર તરીકે કામ કરવાનું શરૂ કરી દીધું. તે સમયે હૈદરાબાદના નિઝામ ત્યાંની પૂરની પરિસ્થિતિથી પરેશાન હતા, જેના કારણે જનતાએ ખૂબ તકલીફો વેઠવી પડતી હતી અને તેનાથી રજવાડા રાજ્યને જાનમાલનું મોટું નુકસાન થતું હતું. વિશ્વેશ્વરૈયાએ સમસ્યાને તપાસી કાવેરી નદી પર કૃષ્ણકાજ બંધ બનાવડાવ્યો. આ બંધ એટલો વિશાળ અને શાનદાર હતો કે વિશ્વેશ્વરૈયાનો ચમત્કારને જોઈ, દરેક લોકો વાહ-વાહ કરી ઊઠ્યા. આ બંધ બનવાને કારણે જનતાને પાણી અને વીજળીની સુવિધા મળી ગઈ.

કેટલાક સમય પછી મૈસૂર રાજ્યના દિવાન પદ પર કામ કરતા વિશ્વેશ્વરૈયાએ રાજ્યમાં એકથી વધુ એક કારખાનાઓની સાંકળ સ્થાપી. વિશ્વેશ્વરૈયાની કીર્તિ ચારે તરફ એવી રીતે ફેલાઈ ચૂકી હતી કે, ૯૨ વર્ષની વયે તેમને બિહારમાં, મોકામામાં ગંગા પર બનાવવામાં આવી રહેલા પુલ માટે સલાહ આપવા માટે કહેવામાં આવ્યું.

વિશ્વેશ્વરૈયા ખાસા વૃદ્ધ થઈ ગયા હતા, પરંતુ આ અવસ્થા પણ તેઓ ખુદ નિર્માણ-સ્થળ પર જઈ ત્યાં આસપાસના વિસ્તારની મુલાકાત લીધા બાદ જરૂરી અધ્યયન કર્યું અને આખરે તેમને એક મોટા કામને પૂર્ણ કરવામાં સફળતા હાંસલ થઈ. સન્ ૧૯૫૫માં તેમને ભારત સરકાર દ્વારા આપવામાં આવતી સૌથી મોટી પદવી 'ભારત રત્ન'થી સન્માનિત કરાયા.

વિશ્વેશ્વરૈયાને લાંબું આયુષ્ય મળ્યું હતું. ૧૪ એપ્રિલ ૧૯૬૨ના ૧૦૧ વર્ષની ઉંમરમાં એકદમ સંતો જેવું સીધું સરળ જીવન જીવનારા ભારતના મહાન વૈજ્ઞાનિક અને પ્રતિભાશાળી એન્જિનિયરનું નિધન થયું.

ભારતમાં નવા નિર્માણનો પાયો નાખનારી આ મહાન વિભૂતિઓમાં આજે પણ વિશ્વેશ્વરૈયાના નામ અને કામની ખૂબ જ આદર સાથે ચર્ચા થાય છે.

૨૭

ડૉ. ગણેશપ્રસાદ

આધુનિક ભારતના વિલક્ષણ ગણિતજ્ઞ

(૧૮૭૬-૧૯૩૫)

આધુનિક ભારતના જે મહાન ગણિતશાસ્ત્રીઓએ પોતાની બુદ્ધિ અને પ્રતિભા સાથે સમગ્ર વિશ્વનું ધ્યાન આકર્ષિત કર્યું, તેમાં ડૉ.ગણેશપ્રસાદનું નામ પણ ખૂબ જ સન્માન સાથે લેવાય છે. તે એવા અસાધારણ પ્રતિભાશાળી વૈજ્ઞાનિક હતા, જેમના ઉદયને દુનિયાએ આશ્ચર્યની જેમ જોયો અને જેમની અનેક શોધ-લેખ અને સ્થાપનાઓનો આજે પણ ગણિતના નવા અનુસંધાનોમાં ઉપયોગ થાય છે. એટલું જ નહીં, પરંતુ ગણેશપ્રસાદ એવા પ્રતિભાશાળી વ્યક્તિ હતા, જેમણે સમગ્ર ભારતના આધુનિક ગણિત અને વિજ્ઞાન માટે યોગ્ય વાતાવરણ બનાવવા માટે પોતાના જીવનની એક એક પળ સમર્પિત કરી દીધી.

૧૫ નવેમ્બર, ૧૮૭૬ના ઉત્તરપ્રદેશના બલિયા નગરમાં જન્મેલા ડૉ. ગણેશપ્રસાદ નાનપણથી જ બીજાથી અલગ હતા. નોંધનીય પ્રતિભા હોવાને કારણે તમામનું ધ્યાન તેમની તરફ જતું હતું. તેમ છતાં પાંચમાં ધોરણમાં તે ગણિતના વિષયમાં નાપાસ થયા હતા. આનાથી બાળક ગણેશપ્રસાદને એવો ધક્કો લાગ્યો કે તેમણે ગણિતને વાંચવા અને સમજવા માટે દિવસ-રાત પરિશ્રમ કરવાનો શરૂ કરી દીધો. જલ્દીથી ગણિતમાં તેમણે એવી નિપુણતા મેળવી કે પોતાનાથી ઊંચા ધોરણના વિદ્યાર્થીઓને પણ ગણિતમાં આવનારી મુશ્કેલીમાં તે

મદદ કરતા હતા. વિદ્યાર્થી કાળમાં જ તેમના લગ્ન થઈ ગયા હતા. પત્નીનું અચાનક મૃત્યુ થઈ ગયા પછી તેમણે બીજા લગ્ન કરવાથી મનાઈ કરી દીધી અને ઘણા લાડથી પોતાની નાની દીકરીના ઉછેરમાં લાગ્યા. એમ.એ.ની પરીક્ષામાં જૂજ દિવસો બાકી હતા કે અચાનક દીકરીનું નિધન થયું. ગણેશપ્રસાદ દુઃખી થઈ ગયા, પરંતુ કોઈક રીતે તેમણે પોતાના અશ્રુઓને રોક્યા. પોતાના દુઃખ પર કાબૂ મેળવી પરીક્ષા આપવા માટે ગયા અને જ્યારે પરિણામ આવ્યું ત્યારે લોકો આશ્ચર્યચકિત થઈ ગયા. તે પ્રથમ શ્રેણીમાં પાસ થયા હતા. અલાહાબાદ વિશ્વવિદ્યાલયથી તેમણે બી.એસ-સી.ની ડિગ્રી હાંસલ કરી. પછી એક શિષ્યવૃત્તિના આધારે વધુ શોધ માટે કેમ્બ્રિજ વિશ્વવિદ્યાલય ગયા. ત્યાં ગણિતના મહાન વિદ્વાન ક્લાપમૅન ડૉ. ગણેશપ્રસાદની પ્રતિભાથી ઘણા પ્રભાવિત થયા. તેમનું કહેવું હતું, 'ગણેશપ્રસાદના રૂપમાં ગણિતની દુનિયામાં એક એવો સિતારો ઊગ્યો છે, જે પોતાનાથી પહેલાના તમામ તારાઓનાં પ્રકાશને ઝાંખો કરી દેશે!'

ડૉ. ગણેશપ્રસાદ હજુ વિદ્યાર્થી જ હતા કે તેમના શોધ-પત્ર દેશ-વિદેશની મહત્ત્વપૂર્ણ પત્રિકાઓમાં અને જર્નલ્સમાં છપાવા લાગ્યા હતા અને તમામ જાણીતા વૈજ્ઞાનિકોનું ધ્યાન તેમની તરફ આકર્ષિત થયું. તેમનું એક શોધ-પત્ર 'ઇલિપ્ટીકલ ફંક્શન્સ એન્ડ સ્ફેરિકલ હારમૉનિક્સ'તો ખૂબ જ પ્રખ્યાત છે. આ શોધ-પત્રમાં તેમણે મોટાં-મોટાં ગણિતશાસ્ત્રીઓની ભૂલ બતાવી હતી અને તેમના નિષ્કર્ષમાં સુધારો કરીને પોતાની નવી અને મૂળ સ્થાપનાઓ આપી છે. આ શોધ-પત્રના પ્રકાશન પછી તો આખા સંસારના ગણિતશાસ્ત્રીઓ અને વૈજ્ઞાનિકોનું ધ્યાન તેમની તરફ ગયું અને ચારે તરફ તેમને પ્રશંસા મળી. જર્મનીથી તેમને ત્યાં આવવા માટે આમંત્રણ મળ્યું. જર્મની પહોંચ્યા પછી ત્યાંના વિશ્વપ્રસિદ્ધ ગણિતશાસ્ત્રી જૉર્જ કાનટોર સ્વયં ગણેશપ્રસાદને મળવા આવ્યા. તેમણે ગણેશપ્રસાદને આશીર્વાદ આપતાં કહ્યું, 'તમારી ખ્યાતિની સુગંધ એવી રીતે ફેલાય, જેવી રીતે કસ્તૂરીની સુવાસ ફેલાય છે.'

કેમ્બ્રિજથી ડિગ્રી મેળવ્યા બાદ ડૉ. ગણેશપ્રસાદ જર્મનીના નાટગર્ન નગરમાં ગયા, જ્યાં જેમલ ફીલ્ડ અને હિલબ્ડ જેવાં ગણિતના વિદ્વાનોની સાથે તેમણે ઉચ્ચસ્તર પર શોધ કાર્ય કર્યું. ત્યાંથી ભારત પરત ફર્યા પછી તે મ્યોર સેન્ટર કૉલેજ, અલાહાબાદમાં ગણિત ભણાવવા લાગ્યા. થોડાં સમય પછી કાશીની ક્વીન્સ કૉલેજમાં તેમની નિમણૂક થઈ. કોલકાતા વિશ્વવિદ્યાલયના કુલપતિ આશુતોષ મુખર્જીએ તેમની પ્રતિભાને ઓળખી અને તેમને કોલકાતા વિશ્વવિદ્યાલયમાં પ્રાયોગિક ગણિતના પ્રાધ્યાપકના રૂપમાં નિયુક્ત કર્યા.

અહીં રહીને પણ ડૉ. ગણેશપ્રસાદનું અધ્યયન અને ગણિતને લઈને

તેમની શોધો સતત ચાલતી રહી. ફૂરિયે સિરીઝને લઈને તેમનું કામ આજે પણ કમાલનું માનવામાં આવે છે. તેમની લખાયેલી પુસ્તકોમાં 'એ ટ્રીટીઝ ઑન ડિફરેન્સ ઇક્વૅશન' અને 'ઓન ધ કોન્સ્ટીટ્યૂશન ઑફ મેટર એન્ડ ઍનાલિટિકલ થ્યોરીઝ ઑફ હીટ' ખ્યાતનામ છે. તેને ગણિતમાં નવી ક્ષિતિજનું અનુસંધાન કરવાવાળી પુસ્તક માનવામાં આવે છે. દેશ-વિદેશમાં આજે પણ તેને રુચિપૂર્વક વાંચવામાં આવે છે.

ડૉ. ગણેશપ્રસાદની ખ્યાતિને અમર કરનારું એક મહત્ત્વપૂર્ણ કામ આગ્રા વિશ્વવિદ્યાલયની સ્થાપના છે. તેમણે ન માત્ર આગ્રા વિશ્વવિદ્યાલયની સ્થાપનામાં મુખ્ય ભૂમિકા નિભાવી, પરંતુ તેમની સેનેટના સભ્ય રૂપે કામગીરીને વધુમાં વધુ સ્તરીય અને અનુશાસનપૂર્ણ બનાવવામાં ખૂબ જ શ્રમ કર્યો.

૯ માર્ચ ૧૯૩૫ના સેનેટની થનારી બેઠકમાં ભાગ લેતાની સાથે જ તેઓનું નિધન થયું. ત્યાં તેમણે પ્રભાવી રીતે પોતાની વાત રાખવાની સાથે ઘણું બોલવું પડ્યું. પોતાની વાત કહીને તે બેઠાં પછી ઊઠી ન શક્યા. તેમને તાત્કાલિક હૉસ્પિટલ લઈ જવાયા, જ્યાં સાંજે સાડા સાત વાગ્યે તેમનું નિધન થયું. પણ ગણિતના આ અસાધારણ વિદ્વાન અને ધુની વ્યક્તિને દેશ-વિદેશના ગણિતશાસ્ત્રી અને શોધકર્તા હંમેશાં આદર સાથે યાદ કરતા રહેશે.

૨૮

ડૉ. દારાશા નૌશેરવા વાડિયા

વિલક્ષણ ભૂગર્ભશાસ્ત્રી

(૧૮૮૩-૧૯૬૯)

આધુનિક ભારતના વૈજ્ઞાનિકોમાં ભૂસ્તરવિજ્ઞાનમાં ઊંડી રુચિની સાથે કામ કરવાની વિશેષજ્ઞતા મેળવનારા વિદ્વાનોની સંખ્યા ઘણી વધુ નથી. પણ ડૉ. દારાશા નૌશેરવા વાડિયા જેવા અનુભવીએ એ સાબિત કરી દીધું કે ભારતીય પ્રતિભા ઇચ્છે તો કોઈ પણ ક્ષેત્રમાં પોતાની કીર્તિનો ધ્વજ લહેરાવી શકે છે. અત્યાર સુધી ભારતમાં ભૂસ્તર વિજ્ઞાનની દૃષ્ટિથી જેટલાં પણ સર્વેક્ષણ થયાં, તે વિદેશીઓએ જ કર્યા હતા. ડૉ. દારાશા નૌશેરવા વાડિયાએ આ ક્ષેત્રમાં રસ દાખવ્યો અને નિપુણતા પ્રાપ્ત કરી, તો પહેલીવાર ભારતીય દૃષ્ટિથી ભારતીય ભૂમિ-સર્વેક્ષણની રિપોર્ટ અને તારણ સામે આવ્યા, જેણે સાચે ભારતના વિકાસમાં મોટી ભૂમિકા નિભાવી. આ કારણથી ડૉ. વાડિયાનું કામ એટલું મહત્ત્વપૂર્ણ છે કે દુનિયાભરમાં ભૂર્ગભ વૈજ્ઞાનિકોએ તેમની સરાહના કરી.

૨૩ ઑક્ટોબર, ૧૯૮૭ના ગુજરાતના સૂરત શહેરમાં જન્મેલા દારાશા નૌશેરવા વાડિયા નાનપણથી જ ઘણા ધૂની અને પ્રતિભાશાળી હતા. મુંબઈ વિશ્વવિદ્યાલયથી બી.એસ-સી અને એમ.એ.ની પરીક્ષા પાસ કર્યા બાદ તેમનો રસ ભૂસ્તરશાસ્ત્રમાં થયો તો તેમણે આ સંબંધમાં પુસ્તકો વાંચવાની શરૂ કરી. તેમનો ઉદ્દેશ્ય હતો કે ભારતનું એવું ભૌતિક અધ્યયન કરવું, જે તેના વિકાસમાં મોટી ભૂમિકા નિભાવે. ડૉ. વાડિયાની ઇચ્છા હતી કે, યુવા વર્ગના લોકો પણ આ

દિશામાં ઉત્સાહથી કામ કરવા માટે આગળ આવે. તેથી જમ્મૂના પ્રિંસ ઑફ વેલ્સમાં ભૂગર્ભના પ્રાધ્યાપકના રૂપમાં તેની નિયુક્તિ થઈ, તો તેમણે યુવા વર્ગને આ અજાણ્યા વિષયની તરફ વધારે પ્રોત્સાહિત કર્યા. આ કારણથી તેમણે 'છાત્રો કે લિએ ભૂગર્ભવિજ્ઞાન' જેવી જાણકારી પૂર્ણ અને રસપ્રદ પુસ્તક લખી, જેને આજે પણ આ દિશામાં અત્યંત ઉપયોગી અને મહત્ત્વપૂર્ણ પુસ્તક માનવામાં આવે છે.

થોડાં સમય પછી ભારતીય ભૂસ્તરશાસ્ત્રીય સર્વેક્ષણ વિભાગ (જિયોલૉજિકલ સર્વે ઑફ ઇન્ડિયા)માં તેમની નિયુક્તિ થઈ. તેમણે ત્યાં રહેતા કેટલાક પડકારરૂપ કામ કર્યા. તે ભૂસ્તરશાસ્ત્રના રાષ્ટ્રીય પ્રાધ્યાપક અને યોજના આયોગના સભ્ય બન્યા. દરેક જગ્યાએ ડૉ. વાડિયાની મૂળ પ્રતિભાએ વિદ્વાનો અને શોધકર્તાઓનું ધ્યાન આકર્ષિત કર્યું. પંજાબની પીર પંજાલ પર્વતમાળાના વિષયમાં તેમનાં વિચારોને વિશ્વના અનેક ભૂસ્તર વૈજ્ઞાનિકોએ મહત્ત્વપૂર્ણ માન્યાં.

આવી રીતે હિમાલયની વિશેષ શ્રેણીઓની રચનાને લઈને ઊંડા અભ્યાસ બાદ તેમણે પોતાની મહત્ત્વપૂર્ણ સ્થાપના આપી. હિમાલયની પર્વતમાળા બર્માની તરફ એટલા તીક્ષ્ણ વળાંક સાથે વળે છે જાણે લાગે કે, આ એક જ પર્વતમાળા ના હોઈ શકે, પરંતુ બે પર્વતમાળા એક-બીજામાં મળી હોય. પણ ડૉ. વાડિયાએ બંને પર્વતમાળાઓના ખડકોનો ઊંડાણપૂર્વક અભ્યાસ કર્યા બાદ સાબિત કરી દીધું કે હિમાલયની પર્વતમાળા જ છે અને બે પર્વતમાળાઓ ભેગી થવાની થીસીસ યોગ્ય નથી. આવી રીતે એકથી એક કઠણ અને પડકારરૂપ વૈજ્ઞાનિક શોધ ડૉ. વાડિયાએ કરી, જેનાથી ભૂસ્તરશાસ્ત્રની દૃષ્ટિથી ભારતની સિદ્ધિઓ આખા વિશ્વની સામે આવી શકી.

ડૉ. વાડિયા ગંભીર અભ્યાસુ હતા અને તેમણે ભૂસ્તરશાસ્ત્રની દૃષ્ટિથી કંઈક એવી સ્થાપનાઓ આપી, જેમણે ભૂસ્તરશાસ્ત્રની કેટલીક જૂની ગાંઠો અને કોયડાઓ ઉકેલ્યાં. ડૉ. વાડિયાનું માનવું હતું કે દસ લાખ વર્ષ પહેલા હિમયુગ હતો અને તેના અવશેષ રેતી સ્વરૂપે ઉત્તર ધ્રુવ પર મળે છે. ડૉ. વાડિયા દ્વારા લખાયેલી કેટલીક મહત્ત્વપૂર્ણ પુસ્તકોમાં 'જિયોલૉજી ઑફ ઇન્ડિયા એન્ડ બર્મા', 'જિયોલૉજી ઑફ નગા પર્વત એન્ડ ગિલગિત ડિસ્ટ્રિક્ટ સ્ટ્રક્ચર ઑફ હિમાલય' છે. સંસારભરના ભૂસ્તરશાસ્ત્રી તેમને અત્યંત ઉપયોગી અને મહત્ત્વપૂર્ણ માને છે.

ડૉ. દારાશા નૌશેરવા વાડિયા અસાધારણ પ્રતિભાશાળી હોવાની સાથે સાથે અથાગ પરિશ્રમી હતા. તે અંત સુધી પોતાના કામમાં જોડાયેલા રહ્યા અને બીજાને પણ આ ક્ષેત્રમાં નવાં-નવાં સંશોધન કરવા માટે પ્રેરિત અને ઉત્સાહિત કરતા રહ્યા.

૧૫ જૂન, ૧૯૬૯એ ભારતના આ મહાન ભૂસ્તરશાસ્ત્રીનું નિધન થયું. પણ તેમણે ભૂગર્ભશાસ્ત્રમાં નવામાં નવી આશ્ચર્યજનક શોધ કરી ભૂસ્તરશાસ્ત્રની દૃષ્ટિએ ભારતનો જે કીર્તિ ધ્વજ દુનિયાભરમાં લહેરાવ્યો, તે નવી પેઢીને હંમેશાં આગળ વધી કંઈક નવું કરવાનો પડકાર આપતી રહેશે.

૨૯

શ્રીનિવાસ રામાનુજન્

ભારતના વિશ્વવિખ્યાત ગણિતજ્ઞ

(૧૮૮૭-૧૯૨૦)

ભારતના આધુનિક યુગના મહાન ગણિતશાસ્ત્રીઓમાં શ્રીનિવાસ રામાનુજન્નું નામ સૌથી પહેલા લેવામાં આવે છે. માત્ર ૩૩ વર્ષના નાના જીવનમાં આ અસાધારણ પ્રતિભાશાળી ગણિતશાસ્ત્રીએ જે કામ કરી બતાવ્યું, તેને ક્યારેય પણ ભૂલી શકાય તેમ નથી. શ્રીનિવાસ રામાનુજન્ને કોઈ 'આધુનિક યુગના ભાસ્કરાચાર્ય' કહીએ, તો ખોટું નહીં કહેવાય.

શ્રીનિવાસ રામાનુજન્નો જન્મ ૨૨ સપ્ટેમ્બર, ૧૮૮૭એ મદ્રાસ પ્રાંતના એક નાના ગામ ઈરોટમાં થયો હતો. ઘરની આર્થિક સ્થિતિ સારી નહોતી. શરૂમાં એક ગ્રામ્ય શાળામાં તેમનું ભણતર થયું. પછી તેમને કુંભકોણમ હાઈસ્કૂલમાં ભણવા મોકલ્યા. ત્યાં શિક્ષકોએ એ વાત પર ધ્યાન આપ્યું કે શ્રીનિવાસ રામાનુજન્ નામનો બાળક કાયમ ચુપ રહે છે અને મનમાં ને મનમાં કંઈક વિચારતો રહે છે. એટલું જ નહીં, કેટલીક વખત એના એવા સવાલ થાય છે કે શિક્ષકોને પણ ચક્કર આવી જતા. કોઈપણ રીતે તેમનો પીછો છોડાવવો પડતો હતો. એક વખતની વાત છે, એક શિક્ષક ક્લાસમાં કહી રહ્યા હતા કે, જો કોઈ સંખ્યાને એ જ સંખ્યાથી ભાગાકાર કરવામાં આવે તો જવાબ હંમેશાં એક આવે છે. ત્યારે અચાનક રામાનુજને ઊભા થઈને પૂછી લીધું, 'શું શૂન્યને શૂન્યથી ભાગાકાર

કરવામાં આવે, તો પણ જવાબ એક આવશે?' શિક્ષકને તરત પોતાની ભૂલ સમજાઈ. બોલ્યા 'ના, જો શૂન્યને શૂન્યથી ભાગાકાર કરવામાં આવે તો જવાબ એક નહીં, પરંતુ એક અનિશ્ચિત સંખ્યા અથવા અનંત આવશે.'

આવી રીતે રામાનુજન્ કાયમ પૃથ્વીની પરિધિ અથવા નક્ષત્રોના અંતર વિશે સવાલો પૂછી લેતા. તેમના સહપાઠી અથવા શિક્ષકો તેમને ધૂની સમજી રહ્યા હતા. જ્યારે સાચું એ હતું કે રામાનુજન્‌ની અંદર રહેલા 'ભવિષ્યના મહાન ગણિતશાસ્ત્રી' આ સવાલો થકી પોતાની નાની ઝલક બતાવી જતા હતા.

હાલત એ હતી કે સાધન ન હોવા છતાં રામાનુજન્‌ની આ ધૂન સતત વધતી જતી હતી. ચોથા ધોરણમાં જ તેમણે ન માત્ર ત્રિકોણમિતિ વાંચવાનું શરૂ કરી, બલ્કે તેમાં નોંધપાત્ર નિપુણતા પ્રાપ્ત કરી લીધી હતી. તેમણે બી.એ.ના એક વિદ્યાર્થીને કહ્યું કે, તે કેટલાક દિવસો માટે તેમને પોતાની ત્રિકોણમિતિની પુસ્તક આપે. તે વધારે ખચકાટ પછી પુસ્તક તેમને આપવા માટે રાજી થયો. પણ એક દિવસ એ જોઈને આશ્ચર્યચકિત રહી ગયો કે રામાનુજન્ મોટા પાયે ત્રિકોણમિતિના સવાલો ઉકેલતા જોવા મળ્યા. પછી તો હાલત એ થઈ કે બી.એ. ક્લાસના વિદ્યાર્થીઓને કોઈ મુશ્કેલી આવે તો તેમણે રામાનુજન્‌થી મદદ લેવી પડતી.

હાઈસ્કૂલમાં રામાનુજન્‌ના ગણિતમાં એટલા સારા માર્ક આવ્યા કે, તેમને સરકારી શિષ્યવૃત્તિ મળવા લાગી. ધીમે ધીમે ગણિતમાં તે એટલા વધુ મગ્ન થતાં જઈ રહ્યાં હતા કે બીજા વિષયોમાં તે પાછળ પડવા લાગ્યા. હાલત એ થઈ કે શિષ્યવૃત્તિ વચ્ચેથી જ બંધ થઈ ગઈ અને રામાનજુન્‌નું ભણવાનું પણ.

કેટલાક સમય પછી રામાનુજન્‌ના લગ્ન થઈ ગયા, પણ આર્થિક મુશ્કેલીના કારણે તે પરેશાન હતા. તે ઈન્ડિયન મેથેમેટિકલ સોસાયટીના સંસ્થાપક વી.રામાસ્વામી અય્યકથી મળ્યા અને તેમને કોઈ નાની મોટી નોકરી અપાવવા માટે કહ્યું. રોજગારી માટે તેમને ટ્યૂટર તરીકેની નોકરી મળી ગઈ. પછી શેષુ અય્યરે તેમને દીવાન બહાદુર આચાર્ય રામચંદ્ર રાવની પાસે મોકલ્યા. રામાનુજન્ રાવ સાહેબથી મળ્યા, તો તેમના ગંદા કપડાં અને વિચિત્ર સ્થિતિ જોતા પહેલા તેમને ટાળ્યાં, પરંતુ પછીની મુલાકાતમાં રામાનુજન્‌એ જ્યારે પોતાના દ્વારા સોલ્વ કરેલા મુશ્કેલથી મુશ્કેલ સવાલો બતાવ્યા, તો તે ચોંકી ઊઠ્યા. તે સમજી ગયા કે રામાનુજન્ એક અસાધારણ પ્રતિભાશાળી યુવક છે, જેણે ગણિતમાં એવી મહત્ત્વપૂર્ણ શોધો કરી છે, જેની દુનિયામાં હજુ સુધી કોઈને ખબર નહોતી. રામચંદ્ર રાવે રામાનુજન્‌ને કહ્યું, 'જ્યાં સુધી તમને કોઈ સારું કામ ન મળી જાય, ત્યાં સુધી તમારી જવાબદારી હું લઉં છું'. પણ રામાનુજન્‌ને એ સ્વીકાર્ય નહોતું. ત્યારે રામચંદ્ર રાવના પ્રયાસથી રામાનુજન્‌ને ત્રીસ રૂપિયા મહિનાના પગાર પર એક

જગ્યા ક્લાર્કની નોકરી મળી ગઈ.

આ વચ્ચે રામચંદ્ર રાવે સર ફ્રાંસિસ સ્પ્રિંગને પત્ર લખીને તેમને આ પ્રતિભાશાળી ગણિતશાસ્ત્રી વિશે જણાવ્યું. સર ફ્રાંસિસ સ્પ્રિંગે સરકારી વેધશાળાઓના ડિરેક્ટર ડૉ.જી.વી.વાકરને રામાનુજન્નું ગણિતનું કામ અને તેમના દ્વારા શોધવામાં આવેલા નવા સિદ્ધાંતો બતાવ્યાં. વાકર એકદમ ચમત્કારિક થઈ ઊઠ્યાં. તેમણે મદ્રાસ વિશ્વવિદ્યાલયના રજિસ્ટ્રારને પત્ર લખીને આ ગરીબ પરંતુ અસાધારણ પ્રતિભાશાળી ગણિતશાસ્ત્રીને શિષ્યવૃત્તિ આપવા માટે કહ્યું. આ પત્રનું પરિણામ એ આવ્યું કે રામાનુજન્‌ને પંચોત્તેર રૂપિયા મહિનાની શિષ્યવૃત્તિ મળવા લાગી. આ વચ્ચે તેમના કેટલાક લેખ ઈન્ડિયન મેથેમેટિકલ સોસાયટીના પત્રમાં છપાયા અને તેમની ધૂમ મચી ગઈ.

હવે તો રામાનુજન્ એવી રીતે પોતાની ગણિતની સાધનામાં ડૂબી ગયા કે, તેમને પોતાનો ખાવાપીવાના સમયનું પણ ભાન રહેતું ન હતું. કેટલાક મિત્રોના આગ્રહ પર તેમણે પોતાના લેખ વિશ્વપ્રસિદ્ધ ગણિતશાસ્ત્રી ડૉ. જી.એસ.હાર્ડીની પાસે મોકલ્યા. હાર્ડીએ પોતાના એક લેખમાં એક સંખ્યાનો ઉલ્લેખ કર્યો હતો. તેમણે લખ્યું હતું કે, આ સંખ્યાથી નાની પરંપરાગત સંખ્યા માટે અત્યાર સુધી રાશિમાળા નહોતી શોધી શકાઈ. પણ રામાનુજન્ તો તેને પહેલા જ શોધી ચૂક્યા હતા. રામાનુજન્‌એ આ વિષયમાં પોતાના લેખ તેમને મોકલ્યા તો હાર્ડી ચકિત અને આશ્ચર્યચકિત રહી ગયા. સૌથી વધુ આશ્ચર્યની વાત તો એ હતી કે રામાનુજન્‌ના પ્રશ્નો ઉકેલવાની પદ્ધતિ ખૂબ જ મૌલિક અને તેમની પોતાની હતી અને આજ સુધી કોઈને તેના વિશે ખ્યાલ નહોતો.

ડૉ. હાર્ડીની ઘણી ઇચ્છા હતી કે રામાનુજન્ કોઈ રીતે ઈંગ્લેન્ડ આવી જાય, તેથી તે વધુ ઝડપથી પોતાના કામ કરી શકે અને સમગ્ર વિશ્વને પોતાની આશ્ચર્યજનક શોધની જાણકારી થઈ શકે. પણ રામાનુજન્ હજુ સુધી સંકોચ કરી રહ્યા હતા. તેનું એક કારણ તેમના પરિવારના સભ્યો અને સંબંધીઓનું વર્તન હતું. તેમણે ધમકી આપી હતી કે વિદેશ જવા પર તે તેમનો બહિષ્કાર કરી દેશે.

તો પણ હાર્ડી સતત તેમને ઈંગ્લેન્ડ બોલાવવાની કોશિશમાં લાગ્યા હતા. જ્યારે ગણિતમાં પારંગત ઈ.એચ.નેવિલ ભારત આવ્યા તો હાર્ડીએ તેમને પણ રામાનુજન્‌ને મળવા અને તેમને ઈંગ્લેન્ડ આવવા માટે રાજી કરવાનું કહ્યું. નેવિલ રામાનુજન્‌થી મળ્યા અને તેમણે સમજાવ્યા કે ઈંગ્લેન્ડ જવા પર તેમના માટે આગળ કામ કરવાના ઘણાં અવસરો હશે. આના પર રામાનુજન્‌નો જવાબ હતો, 'હું માતાને પૂછીશ. તે પરવાનગી આપશે તો હું ઈંગ્લેન્ડ આવી શકીશ.'

રામાનુજન્‌ની માતા પહેલા તો તૈયાર નહોતી થઈ, પણ પછી રાત્રે

તેમને સ્વપ્ન આવ્યું કે, તેમનો દીકરો એક વિશાળ મકાનમાં બેઠો છે અને વિશ્વભરના વિદ્વાન જેમાં અંગ્રેજો પણ છે, તેનું વિશેષ સન્માન કરી રહ્યાં છે. માતા સમજી ગયા કે તેમનો દીકરો કોઈ વિશેષ કામ માટે જન્મ્યો છે. તેમણે દીકરાને ઈંગ્લેન્ડ જવાની પરવાનગી આપી દીધી.

ઈંગ્લેન્ડમાં ડૉ. હાર્ડીની સાથ-સહકારે રામાનુજન્‌ને ખરેખર મોટી શક્તિ આપી. તે ચારગણી શક્તિથી પોતાના કામમાં લાગી ગયા. ઈંગ્લેન્ડમાં પણ રામાનુજન્‌ની રહેણીકરણી એકદમ સાદી હતી. પોતાનું બનાવેલું સાદું ભોજન તેઓ જમતા હતા અને રાત-દિવસ પોતાના કામમાં ડૂબેલા રહેતા હતા. તેમના લેખ હવે વિશ્વના ગણિતના સર્વશ્રેષ્ઠ જર્નલ્સમાં ઘણા આદર સાથે છપાવા લાગ્યા હતા અને સંસારના મહાન ગણિતશાસ્ત્રીઓમાં તેમનું નામ જોડાઈ ગયું હતું.

જો કે આટલા કઠિન પરિશ્રમના કારણે તેમનું સ્વાસ્થ્ય બગડતું જઈ રહ્યું હતું. ત્યારે પણ તે પોતાની તબિયતની જરા પણ ચિંતા નહોતા કરતા અને અથાગ માનસિક શ્રમ કરતા જઈ રહ્યા હતા. આખરે તે ક્ષય રોગના દર્દી થઈ ગયા અને થોડા સમય પછી હાડકાંઓની રચના બનીને રહી ગયા. રામાનુજન્ સમજી ગયા હતા કે હવે તે નહીં બચી શકે. તો પણ મૃત્યુ શૈય્યા પર તે ગણિતના વણઉકેલાયેલા સવાલોને હલ કરવાની કોશિશોમાં જોડાઈ ગયા.

એક વખત ડૉ. હાર્ડી હોસ્પિટલમાં તેમને મળવા આવ્યા. હોસ્પિટલમાં તેમના રૂમનો નંબર હતો ૧૭૨૯. ડૉ. હાર્ડીએ હાસ્યભરા સ્વરમાં કહ્યું, ‘અરે! તમે કેવા ખરાબ નંબરો વાળા રૂમમાં રહી રહ્યા છો!’

આના પર રામાનુજન્ હસ્યા. બોલ્યા, ‘આ તો ઘણી રસપ્રદ સંખ્યા છે. આને જુદા પ્રકારથી બે પ્રકારના સમઘનના યોગના રૂપે જરા જુઓ. ૧૦ અને ૯ અને ૧૨ અને ૧ના સમઘનના યોગ ૧૭૨૯ જ થશે.’

સાંભળીને હાર્ડી ઘણા ખુશ થયા. તેમને આશ્ચર્ય થયું કે આ પરિસ્થિતિમાં પણ રામાનુજન્‌ની બુદ્ધિ અને ગણિતની પ્રતિભા આટલી ચોક્કસ છે.

૨૬ એપ્રિલ, ૧૯૨૦એ મદ્રાસના એક ગામમાં આ મહાન ગણિતશાસ્ત્રીનું નિધન થયું. મૃત્યુ પછી તેમના લેખોનો સંગ્રહ કેમ્બ્રિજ વિશ્વવિદ્યાલય પ્રેસથી પ્રકાશિત થયો, જેને આજે ગણિતના પારખી ઘણા આદર અને સન્માનની સાથે વાંચે છે અને તેમાંથી પ્રેરણા લે છે.

૩૦

ચંદ્રશેખર વેંકેટરામન

આધુનિક ભારતના શીર્ષ વૈજ્ઞાનિક
(૧૮૮૮-૧૯૭૦)

આધુનિક ભારતના ટોચના વૈજ્ઞાનિકોમાં ચંદ્રશેખર વેંકટરામનનું નામ સૌથી પહેલા ધ્યાનમાં આવે છે. તે એક મોટા અને અદ્‌ભુત વૈજ્ઞાનિક તો હતા જ, પણ એનાથી પણ મોટી વાત એ છે કે, તે પૂર્ણ રીતે ભારતીયતામાં સ્થાયી થયેલા વૈજ્ઞાનિક હતા, જેમના જીવનનો આદર્શ સાદગી અને સરળતા હતા. સન્ ૧૯૩૦માં વિશ્વના સૌથી મોટા સન્માન નોબેલ પુરસ્કારથી સન્માનિત રામન આ પુરસ્કાર મેળવનારા પ્રથમ ભારતીય વૈજ્ઞાનિક જ નહીં, પહેલા એશિયાઈ વૈજ્ઞાનિક પણ હતા.

ચંદ્રશેખર વેંકટરામનનો જન્મ ૭ નવેમ્બર, ૧૮૮૮ના તમિલનાડુના તિરુચિરાપલ્લી જિલ્લાના અય્યનપેટૈ ગામમાં થયો હતો. તેમના પિતા ચંદ્રશેખર અય્યર પ્રાધ્યાપક હતા. માતાનું નામ પાર્વતી અમ્મલ હતું. નાનપણથી જ રામન ભણવામાં હોંશિયાર હતા અને ક્લાસમાં એવા પ્રશ્નો પૂછતા હતા કે, કાયમ તેમના શિક્ષકો મૂંઝવણમાં મુકાઈ જતા હતા. જ્યારે રામન પ્રેસીડેન્સી કૉલેજમાં બી.એ.નો અભ્યાસ કરી રહ્યા હતા, તો અંગ્રેજી ભણાવવા આવેલા પ્રાધ્યાપક ઈ.એચ. ઇલિયટે તેમને જોયા અને તેઓ આશ્ચર્યચકિત થયા. નાના કદના પતલા આ વિદ્યાર્થીને જોઈને તેમને લાગ્યું, કદાચ કોઈ નાના ધોરણનો બાળક ભૂલથી ક્લાસમાં આવીને બેસી ગયો છે. પણ જ્યારે રામનની વાત તેમની સાથે

થઇ, તો તેમના શાલીન બુદ્ધિમત્તાપૂર્ણ જવાબોથી તેઓ ખૂબ જ પ્રસન્ન થયાં.

વિદ્યાર્થી જીવનમાં જ રામન ઘણા સજાગ હતા. માત્ર સોળ વર્ષની ઉંમરમાં તેમણે સ્પેક્ટ્રોમીટરથી પ્રિઝમ એન્ગલને માપીને, વિવર્તન બેન્ડ શોધી કાઢ્યા. આના પણ લેખ લખી તેમણે પ્રૉફેસર જહૉન્સનને બતાવ્યો. જ્યારે તેમણે કોઈ જવાબ ન આપ્યો, તો રામને તેને લંડનથી પ્રકાશિત થનારી ફિલોસોફિકલ મેગેઝીનમાં મોકલ્યો. પત્રિકામાં તે લેખ છપાતાં જ રામનની કીર્તિ ચારે તરફ ફેલાઈ ગઈ. તેના પછી પૃષ્ઠતાણ (સરફેસ ટેન્શન)થી જોડાયેલો વધુ એક લેખ આ પત્રિકામાં છપાયો. ત્યારે પ્રસિદ્ધ વૈજ્ઞાનિક લાર્ડ રૈલેથી તેમનો પત્ર-વ્યવહાર શરૂ થયો. શરૂમાં તો લાર્ડ રૈલે તેમને પ્રેસીડેન્સી કૉલેજના પ્રોફેસર સમજતા હતા, પરંતુ પછી સાચી માહિતીની ખબર પડી, તો તેમણે આ નોંધનીય બાળકની પ્રતિભાના ખૂબ જ વખાણ કર્યા.

ભણતર પછી રામનની નિયુક્તિ કલકત્તામાં ડેપ્યૂટી ઍકાઉન્ટન્ટ જનરલના પદ પર થઈ. પછી પ્રમોશન લેતા તે તાર વિભાગના ઍકાઉન્ટન્ટ જનરલ બન્યા. પણ રામન સંતુષ્ટ નહોતા. તેમનું મન તો વિજ્ઞાનના અધ્યયન અને અનુસંધાનની તરફ દોડી રહ્યું હતું. 'ઇન્ડિયન એસોસિએશન ફોર ધ કલ્ટીવેશન ઑફ સાઈન્સ'થી જોડાઈ ગયા. પણ સંસ્થા માટે જેટલો સમય તે ઈચ્છતા હતા, તેટલો તે નહોતા આપી શકતા હતા. એ જ દિવસોમાં કલકત્તા વિશ્વવિદ્યાલયથી તેમને સર તારકનાથ પાલિત પ્રોફેસરનું પદ સ્વીકરાવા માટે પ્રસ્તાવ મળ્યો. રામનને જે પગાર તે સમયે મળી રહ્યો હતો, તેની સરખામણીમાં આ પગાર અડધો હતો. તેમ છતાં રામને ખુશી ખુશી આ પદનો સ્વીકાર કર્યો અને જોરથી પોતાના કામમાં જોડાઈ ગયા.

સન ૧૯૨૧માં શિકાગોમાં થનારી વિશ્વવિદ્યાલય કૉન્ફરન્સમાં રામનને કોલકાતા વિશ્વિવિદ્યાલયના પ્રતિનિધિના રૂપે મોકલવામાં આવ્યા. ત્યાં રામનને રુદરફોર્ડ સહિત દુનિયાના કેટલાક મોટા વૈજ્ઞાનિકોને મળવાનો મોકો મળ્યો. પરત ફરતા સમયે રામનનું ધ્યાન ભૂમધ્ય દરિયામાં આસમાની રંગની તરફ ગયું. નાનપણથી જ તે વિચારતા હતા, આકાશનો અને દરિયાના પાણીનો રંગ આ રીતે આસમાની કેમ છે? આ સવાલ હવે ફરી રહી રહીને તેમને પરેશાન કરવા લાગ્યો. આ વિષયમાં લોર્ડ રૈલેની વ્યાખ્યા તે વાંચી ચૂક્યા હતા. લોર્ડ રૈલેએ સમુદ્રની આસમાનતાને 'આકાશની આસમાની રંગની છાયા' કહ્યું હતું. પણ રામન આનાથી સંતુષ્ટ નહોતા. તેમણે તાત્કાલિક પ્રિઝમ કાઢ્યું અને તેની અંદર ડોકાઈને જોયું, 'અરે, સમુદ્રનો રંગ તો હજુ પણ આસમાની દેખાઈ રહ્યો છે! એટલે કે આ આકાશનો પ્રભાવ નથી. આ નીલીમા તો પાણીની અંદરથી આવી રહી છે.'

પરત આવી રામને એ વાત પર ઘણા ઊંડાણપૂર્વક વિચાર કરવાનું શરૂ કર્યું. સાથે જ તેમના અનુસંધાન પણ સતત ચાલી રહ્યા હતા. એકાએક તેમનું ધ્યાન એ વાત તરફ ગયું કે, જો ક્રાંપ્ટન પ્રભાવ ઍક્સ-રે કિરણો માટે યોગ્ય છે, તે પ્રકાશન કિરણોના માટે એટલું જ યોગ્ય હોવું જોઈએ. એટલે કે અલગ અલગ માધ્યમોમાંથી પસાર થવાથી ઍક્સ-રે કિરણોની પ્રકૃતિ બદલાઈ જાય છે, તેવું જ પ્રકાશ કિરણો સાથે પણ તો થઈ શકે છે.

રામનના પ્રયોગોને જલ્દી જ એ વાત સિદ્ધ કરી દીધી કે, અલગ અલગ માધ્યમોમાંથી પસાર થયા પછી પ્રકાશના કિરણોનું રૂપ બદલાય છે. ઘણા સામાન્ય સાધનોના હોવા છતાં પણ રામનનો આ પ્રયોગ સફળ થયો. તેમણે આ સંબંધમાં પોતાના લેખ 'નેચર' પત્રિકામાં મોકલ્યો, જેણે 'એ ન્યૂ ટાઈપ ઑફ સેકેન્ડ્રી રેડિઍશન' નામથી એને છાપ્યો. જલ્દીથી રામનની આ શોધની દુનિયામાં ધૂમ મચી ગઈ. આના પર સન્ ૧૯૩૦માં તેમને સર્વોચ્ચ સન્માન નોબેલ પુરસ્કાર મળ્યો અને પ્રકાશ-કિરણો પર આ પ્રભાવને 'રામન પ્રભાવ'ના નામથી ઓળખાયો.

આ ઉપરાંત રામનની વધુ એક મહત્ત્વપૂર્ણ શોધ વીણા, વાયોલિન, મૃદંગમ જેવા સાધનો પર હતી. તેમણે એ વાતની સુંદર વ્યાખ્યા કરી કે મૃદંગમ વગેરે વાદ્યોથી આટલું સુંદર અને સામંજસ્યપૂર્ણ સંગીત કેવી રીતે નીકળે છે.

રામનને પોતાના ભારતીય હોવા પર ગર્વ હતો, પણ એ જોઈ એમને ઘણું દુઃખ થતું હતું કે, આધુનિક વિજ્ઞાનની નવી શોધોમાં ભારતીયોની હિસ્સો ઘણો ઓછો હતો. આ ભારતમાં વૈજ્ઞાનિકોમાં યુવા પેઢીને પ્રેરિત કરવા તથા માર્ગદર્શન આપવાનું કામ મહત્ત્વપૂર્ણ કામ તેમણે કર્યું હતું. રામનનું સ્વપ્ન હતું કે દેશમાં કોઈ એવી સંસ્થા હોય, જ્યાં વિદ્યાર્થીઓ અંતરિક્ષ અને બ્રહ્માંડના રહસ્યો વગેરે પર શોધ કરી શકે. તેમની આ ઇચ્છા આખરે સન્ ૧૯૫૧માં પૂર્ણ થઈ. બેંગલુરુમાં રામન રિસર્ચ ઈન્સ્ટીટ્યૂટની સ્થાપના થઈ. સન્ ૧૯૫૪માં ભારતના આ શિખરસ્થ વૈજ્ઞાનિકને 'ભારત-રત્ન'ની ઉપાધિથી સન્માનિત કરાયા.

૨૧ નવેમ્બર,૧૯૭૦એ ૮૨ વર્ષની અવસ્થામાં ભારતીય પરંપરામાં સ્થાયી થયેલા આ ટોચના વૈજ્ઞાનિકનું નિધન થયું. તે અંત સુધી સક્રિય હતા અને પોતાની પાછળ એક એવું સ્વપ્ન છોડી ગયા, જે અનેક વૈજ્ઞાનિકોને જીવન અને સંસારના રહસ્યને સમજવા માટે હંમેશાં પ્રેરિત કરશે.

૩૧

બીરબલ સાહની

ભારતના મહાન પુરાતત્ત્વવિજ્ઞાની
(૧૮૯૧-૧૯૪૯)

આધુનિક ભારતના પ્રસિદ્ધ વૈજ્ઞાનિકોમાં બીરબલ સાહનીનું નામ ભૂલી શકાય એવું નથી. પ્રાચીન વનસ્પતિઓના સંશોધકના રૂપે ડૉ. બીરબલ સાહનીનું નામ માત્ર ભારતમાં જ નહીં, પરંતુ સમગ્ર વિશ્વમાં ઘણા આદર સાથે લેવામાં આવે છે.

બીરબલ સાહનીનો જન્મ ૧૪ નવેમ્બર, ૧૮૯૧ના પંજાબના શાહપુર જિલ્લા (હાલ પાકિસ્તાનમાં)ના ભેરા ગામમાં થયો હતો. તેમના પિતા લાલા રુચિરામ સાહની સરકારી કૉલેજમાં રસાયણશાસ્ત્રમાં પ્રાધ્યાપક હતા. તે પ્રગતિશીલ વિચારોના હતા અને બ્રહ્મસમાજના મુખ્ય નેતા તરીકે ગણાતા હતા. પિતાના વ્યક્તિત્વનો પ્રભાવ બીરબલ સાહની પર પણ પડ્યો. નાનપણથી જ તે ભણવામાં સૌથી આગળ રહેતા હતા. ૧૯૧૧માં સેન્ટ્રલ કૉલેજ, લાહોરથી વનસ્પતિ વિજ્ઞાનમાં સ્નાતકની ડિગ્રી હાંસલ કરીને તે ઈંગ્લેન્ડ ગયા. ત્યાં કુદરતી સાયન્સ પર કામ કરવાની તેમને તક મળી. તેમણે અશ્મિ છોડો પર પોતાનું શોધ કાર્ય શરૂ કર્યું. અહીંયા તેમની મુલાકાત પ્રૉફેસર અલબર્ડ સી. સેવાર્ડથી થઈ, જે સ્વયં અશ્મિ છોડ પર શોધકાર્યમાં જોડાયેલા હતા. બંનેમાં ઊંડો આત્મીય સંબંધ બંધાયો. પ્રૉ. સેવાર્ડે દરેક રીતે બીરબલ સાહનીનું માર્ગદર્શન કર્યું. બીરબલ સાહનીના શોધ-પત્ર પ્રસિદ્ધ રીસર્ચ જર્નલ્સમાં છપાયા અને જોતજોતામાં તેમનું નામ પ્રાચીન વનસ્પતિઓના મુખ્ય સંશોધકના તરીકે જાણીતું બન્યું. ૧૯૧૯માં લંડનમાં વિશ્વવિદ્યાલયે બીરબલ સાહનીના કામને વિશેષ મહત્ત્વને સ્વીકાર કરતા

તેમને ડી.એસ-સીની ડિગ્રી અર્પણ કરી.

ભારત આવ્યા પછી બીરબલ સાહનીએ કેટલાક સમય પછી બનારસ હિન્દૂ વિશ્વવિદ્યાલય અને પછી પંજાબ વિશ્વવિદ્યાલયમાં કામ કર્યું. સન્ ૧૯૨૧માં લખનઉ વિશ્વવિદ્યાલયના વનસ્પતિ વિજ્ઞાન વિભાગમાં પ્રૉફેસરના પદ પર તેમની નિમણૂક થઈ. અહીંયા લાંબા સમય સુધી ટકીને તેમને કામ કરવાનો મોકો મળ્યો.

બીરબલ સાહનીની એક ખાસિયત એ છે કે, તે અત્યંત સાદગી પસંદ હતા અને દરેક સમયે પોતાના કામમાં ડૂબેલા રહેતા. ખોટો આડંબર અથવા કામનો ડોળ કરવો તેમને ક્યારેય પસંદ નહોતું. એક વખતની વાત છે, એક વિદેશી વ્યક્તિ તેમને મળવા માટે આવ્યો. તેણે બીરબલ સાહનનીનું નામ સાંભળ્યું હતું. લખનઉ વિશ્વવિદ્યાલયમાં આવીને તેણે કોઈને બીરબલ સાહનીના રૂમ માટે પૂછ્યું. તે વ્યક્તિએ મંડપ તરફ ઈશારો કર્યો. ત્યાં એક ખૂણામાં માઈક્રોસ્કૉપમાં આંખો ટેકવીને પોતાના કામમાં વ્યસ્ત હતા. તે વિદેશીએ આશ્ચર્ય સાથે પૂછ્યું, 'ડૉ. સાહની, શું આપની પાસે કોઈ રૂમ નથી?' આના પર બીરબલ સાહનીના જવાબ હતો, 'એની શું જરૂરિયાત છે? મહાન શોધ તો નાના ઓટલા પર બેસીને પણ કરી શકાય છે.' સાંભળીને વિદેશી આશ્ચર્યચકિત રહી ગયા.

ડૉ. સાહનીની રમૂજભાવનાના પણ કેટલાક કિસ્સાઓ છે. એક વખત તે સૂક્ષ્મ જળચર છોડ એજોલા પન્નેટા પર કામ કરી રહ્યા હતા. અચાનક તેમના મિત્ર ડૉ. સેનની સાથે વાતચીતના સમયમાં તેમણે પૂછ્યું, 'તમારી પાસે એજોલા હશે?' સાહની હસીને બોલ્યા, 'હા હા, કેમ નહીં!' એ જ સમયે તે અંદર ગયા અને એજોલા અશ્મિનો નમૂનો લઈને આવ્યા. તેને ડૉ. સેનની તરફ આગળ વધારતા તેણે માસૂમિયત સાથે કહ્યું, 'જુઓ, જરા આને સંભાળીને પકડજો, હજુ બિચારું માત્ર ૬ કરોડ વર્ષનું થયું છે!'

બીરબલ સાહનીની લાંબી-લાંબી યાત્રાઓ કરવાનો શોખ હતો. કેટલીક વાર તો આવી યાત્રાઓમાંથી તેઓ દુર્લભ પ્રજાતિના છોડ અને જૂની વસ્તુઓ અને અશ્મિ મળી જતા હતા. તે વિદ્યાર્થીઓને પોતાની સાથે રાખતા હતા અને તેમના ઉત્સાહથી ભરીને અશ્મિ માટે કહેતા રહેતા હતા.

બીરબલ સાહનીએ પોતાની સંપૂર્ણ સંપત્તિ પુરાતત્વવિદોની એક સોસાયટીને દાન કરી દીધી. આ પુરાવનસ્પતિક સંસ્થાનો પાયો પંડિત જવાહરલાલ નહેરૂએ રાખ્યો. બીરબલ સાહનીના માટે એક સ્વપ્ન પૂર્ણ થવા બરાબર હતું. પરંતુ અફસોસ, તેના એક અઠવાડિયા પછી ૧૦ એપ્રિલ, ૧૯૪૯ના રોજ તેમનું નિધન થયું. ત્યારે તેમની પત્ની શ્રીમતી સાવિત્રી સાહનીએ એમની બાગડોર સંભાળી લીધી.

આજે પણ આ સંસ્થા આ મહાન પુરાવનસ્પતિ વિજ્ઞાનીની યાદ અપાવે છે, મનમાં નવું કરવાનો ઉત્સાહ પેદા કરે છે.

૩૨

ડૉ. મેઘનાદ સાહા

સ્વપ્નદર્શી વૈજ્ઞાનિક

(૧૮૯૩-૧૯૫૬)

આધુનિક યુગમાં ભારતને વૈજ્ઞાનિક રીતે અગ્રણી અને પ્રગતિશીલ બનાવવા માટે જે વૈજ્ઞાનિકોએ ઘણો પરિશ્રમ કર્યો અને દેશના યુવાનોમાં વિજ્ઞાનને લોકપ્રિય બનાવવા માટે અથાગ પ્રયાસ કર્યા તેમાં ભારતના અગ્રણી વૈજ્ઞાનિક મેઘનાદ સાહા પણ છે. મેઘનાદ સાહા પ્રસિદ્ધ વૈજ્ઞાનિક હોવાની સાથે સાથે એવા દેશભક્ત પણ હતા, જેમનું હૃદય દરેક પળે પોતાના દેશની પ્રગતિ અને ખુશી માટે બેચેન રહેતું હતું. ત્યાં સુધી કે તેમના માટે વિજ્ઞાન પણ દેશના નિર્માણ અને માનવતાની સેવાનું એક સાધન જ હતું.

૬ ઑક્ટોબર, ૧૮૯૩ના ઢાકા જિલ્લાના સિયોરાતલી ગામમાં જન્મેલા ડૉ. મેઘનાદ સાહાને નાનપણથી જ પુસ્તકો વાંચવાનો અને કંઈક ને કંઈક નવું કરવાનો શોખ હતો. ઘરની પરિસ્થિતિઓ સારી નહોતી, પણ મેઘનાદ સાહાના સ્વપ્ન ઊંચા હતા અને તે કંઈક કરવા ઇચ્છતા હતા. સાથે જ દેશભક્તિની લાગણી તેમનામાં ફૂટી ફૂટીને ભરી હતી. પોતાના દેશના લોકોની હાલત જોઈને તેઓ દુઃખી થઈ જતા હતા. જ્યારે અંગ્રેજોએ બંગાળનું વિભાજન કર્યું, તો આખા દેશમાં ગુસ્સાની લાગણી છવાઈ ગઈ. મેઘનાદ સાહા ત્યારે વિદ્યાર્થી હતા, તે પણ પોતાની અંદર એક ઊંડી ઉત્કંઠા અનુભવી રહ્યા હતા. જલ્દી જ પોતાના ગુસ્સાને કાઢવાનો રસ્તો તેમને મળી ગયો. થયું એવું કે બંગાળના અંગ્રેજ ગવર્નર

તેમની શાળામાં આવવાના હતા. તમામ બાળકોને કહેવામાં આવ્યું કે, તેમણે તે દિવસે શાળાએ જરૂર આવવાનું છે. પણ મેઘનાદ સાહા તે દિવસે જાણીજોઈને શાળાએ ન ગયા. આથી શાળાથી તેમનું નામ કમી કરવામાં આવ્યું. એટલું જ નહીં, પરંતુ ભણવા માટે તેમને જે શિષ્યવૃત્તિ મળતી હતી, તે પણ રોકાઈ ગઈ અને એનાથી મેઘનાથ સાહાની આર્થિક સ્થિતિ વધુ મુશ્કેલ થઈ ગઈ. તે આનાથી જરાય પરેશાન નહોતા. તે ખુશ હતા કે તેમણે પ્રતીક રૂપે પણ, અંગ્રેજો સામે સંપૂર્ણ દેશનો ગુસ્સો પ્રગટ કરીને બતાવ્યો.

મેઘનાદ સાહા પ્રતિભાશાળી વિદ્યાર્થી હતા. તેથી જે બીજી શાળામાં તેમણે પ્રવેશ લીધો, ત્યાં પણ પ્રથમક્રમે આવી બતાવ્યું. તેનાથી તેમનો આત્મવિશ્વાસ વધ્યો. પછી આગળના ભણતર માટે કોલકાતાની પ્રેસીડેન્સી કૉલેજમાં ગયા, જ્યાં તેમને જગદીશચંદ્ર બસુ અને પ્રફુલ્લચંદ્ર રાય જેવા ભારતના ઉચ્ચ કક્ષાના વૈજ્ઞાનિકોનો સાથ અને આશીર્વાદ મળ્યો. તેમની સાથે ભણવાવાળામાં સત્યેન્દ્રનાથ બોઝ, પી.સી.મહાલાનોબિસ જેવાં પ્રતિભાશાળી વિદ્યાર્થી હતા, જેમણે આગળ વધીને મોટા કામ કર્યા અને આખી દુનિયામાં નામના મેળવી.

કૉલેજના ભણતર પછી સાહાની સામે પ્રશ્ન ઊભો થયો કે, હવે તે આગળ શું કરે? પરિવારની આર્થિક હાલત ખરેખર ખરાબ હતી અને તમામ મેઘનાદ સાહા પર જ નજર નાંખીને બેઠા હતા. પણ સુભાષચંદ્ર બોઝ અને ડૉ. રાજેન્દ્રપ્રસાદ જેવા સ્વતંત્રતા સેનાનીઓથી નજીકના સંબંધ હોવાને કારણે તેમને સરકારી નોકરી ન મળી. ત્યારે તે શોધકાર્યમાં જોડાયા. આની વચ્ચે તે ટ્યૂશન ભણાવીને કામ ચલાવવા લાગ્યા. સન્ ૧૯૧૭માં યુનિવર્સિટી કૉલેજ ઑફ સાયન્સમાં તે પ્રાધ્યાપક થઈ ગયા. પણ તેમનું લક્ષ્ય બાંધેલા રસ્તા પર ચાલીને નોકરી કરવાનું નહોતું. તેથી ભૌતિકવિજ્ઞાનમાં થઈ રહેલી નવી નવી શોધોમાં તેમણે રસ લીધો. સાપેક્ષતા, થર્મોડાયનેમિક્સ અને અણુ સિદ્ધાંત તેમના પ્રિય વિષયો હતા, જેના પર નવી જાણકારી ભેગી કરવી, નવી-નવી પુસ્તકો વાંચવાનું તેમને સારું લાગતું હતું. તેમણે સૂર્યના પ્રકાશનના પ્રિઝમ વગેરેના નીકળવા પર બનનારા વર્ણક્રમ (સ્પેક્ટ્રમ)નું અધ્યયન કર્યું. સાથે તેનાથી બનનારી ઓછી અને વધુ જાડાઈવાળી વર્ણપટ રેખાઓ દ્વારા સૂર્ય અને બીજા તારાના દબાણ, તાપમાન વગેરેની માહિતી કાઢી શકાય છે. મેઘનાથ સાહાની આ શોધથી પ્રકાશ-અંતરિક્ષ અને તારા-ભૌતિકશાસ્ત્ર પર કામ કરી રહેલા વૈજ્ઞાનિકોમાં હલચલ મચી ગઈ. સાચે જ તેમને એક મોટી સમસ્યાનું નિરાકરણ મળી ગયું. જો કે મેઘનાથ સાહાએ જ્યારે આ શોધ કરી, તો તે હજુ માત્ર ૨૫ વર્ષના યુવક જ

હતા. તેમની આ શોધને તારા-ભૌતિકશાસ્ત્રના ક્ષેત્રમાં થયેલી કેટલીક મોટી અને ઐતિહાસિક મહત્ત્વની શોધમાં સ્થાન મળ્યું.

જોતજોતામાં મેઘનાદ સાહાની ગણતરી તારા-ભૌતિકશાસ્ત્રના જાણીતા વૈજ્ઞાનિકોમાં થવા લાગી. સન્ ૧૯૨૭માં તેમને રોયલ સોસાયટીના સભ્ય તરીકે પસંદ કરાયા. અલાહાબાદ વિશ્વવિદ્યાલયમાં નિયુક્તિ પછી તો તે રાત-દિવસ અધ્યયન-શિક્ષણ અને પોતાના શોધકાર્યમાં જ ડૂબી ગયા. પણ સાથે સાથે યુવા વૈજ્ઞાનિકોને તે નવાં-નવાં કામ કરવા માટે સતત પ્રોત્સાહિત પણ કરતા હતા. ત્યાંથી કોલકાતા આવવા માટે તેમણે સૂર્યથી આવનારા તરંગો અને રેડિયો-સક્રિયતા પર પોતાનું શોધકાર્ય કર્યું, જેને આ દિશામા એક મહત્ત્વપૂર્ણ કામ સમજવામાં આવ્યું.

પરમાણુ સિદ્ધાંતમાં તેમને રસ વધુ હતો અને સમયની સાથે સાથે એનું નિરંતર મહત્ત્વપૂર્ણ થતું હોવાનો પણ તેમને અહેસાસ હતો. તેમનું માનવું હતું કે પરમાણુ ઊર્જાનો ઉપયોગ દેશના નવા નિર્માણ અને મોટામોટા રચનાત્મક કાર્યો માટે કરી શકાય, પરંતુ તેના માટે સતત શોધ અને સખત મહેનતની જરૂરિયાત છે. આથી તેમણે 'ઇન્સ્ટીટ્યૂટ ઑફ ન્યૂક્લીયર ફિજિક્સ'નો પાયો નાંખ્યો, જેનાથી આ દિશામાં ખરેખર મહત્ત્વનું કામ કર્યું છે.

મેઘનાદ સાહા ફક્ત પુસ્તકના વૈજ્ઞાનિક નહોતા. દેશની ગરીબ જનતાના દુઃખ તેમને સતત મથી રહ્યાં કરતા હતા અને તે ભારત દેશને સતત આગળ વધતો જોવા ઈચ્છતા હતા, આથી રાજનીતિમાં જવાથી પણ તેમને સંકોચ નહોતો. સન્ ૧૯૫૨માં તે સંસદ માટે ચૂંટણી લડ્યા અને જીત્યા. લોકો તેમને દિલથી ચાહતા અને ઘણો પ્રેમ કરતા હતા. આટલા મોટા વૈજ્ઞાનિક હોવા છતાં તેમનામાં સહેજપણ દેખાડો ન હતો. લોકો તેમને મુક્તપણે પોતાનું દુઃખ અને દર્દ પોતાની મુશ્કેલીઓ કહી શકતા હતા. આશ્ચર્ય એ હતું કે, આ ઉપરાંત પણ તે પોતાના વૈજ્ઞાનિક અનુસંધાનોમાં રાત-દિવસ વ્યસ્ત રહેતા હતા.

૧૬ ફેબ્રુઆરી, ૧૯૫૬ના રોજ ૬૩ વર્ષની અવસ્થામાં આ સ્વપ્નદૃષ્ટા અને સતત સક્રિય રહેતા વેજ્ઞાનિકનું નિધન થયું. તેમણે ભારતને એક અદ્યતન વૈજ્ઞાનિક દેશ બનાવવાનું આશાભર્યું સ્વપ્ન જોયું હતું, તે ઘણું બધું પૂર્ણ થઈ ચૂક્યું હતું. કૃતજ્ઞ રાષ્ટ્રની વર્તમાન પેઢીના વૈજ્ઞાનિકો પણ તેમને આદરપૂર્વક યાદ કરે છે.

૩૩

સત્યેંદ્રનાથ બોસ

જેમને ભારતના આઇંસ્ટાઇન કહેવામાં આવે છે
(૧૮૯૪-૧૯૭૪)

આધુનિક ભારતના અસાધારણ પ્રતિભાશાળી વૈજ્ઞાનિકોમાં સત્યેન્દ્રનાથ બોસ પણ છે. તેમણે મહાન વૈજ્ઞાનિક આઈનસ્ટાઈન સાથે મળીને જે દુર્લભ શોધ કરી, તેને બોસ-આઈનસ્ટાઈન સ્ટેટિસ્ટિક્સ કહેવાય છે. એટલું જ નહીં, પરંતુ તેમના વૈજ્ઞાનિક લેખોને આઈનસ્ટાઈને સ્વયં જર્મનમાં અનુવાદ કરી, સન્માન સાથે છપાવ્યાં હતા. સત્યેન્દ્રનાથ બોસના જીવનની એ એક મોટી ઉપલબ્ધિ હતી અને એનું કારણ એક અસાધારણ ગુણવાન વૈજ્ઞાનિકના રૂપમાં આખી દુનિયામાં તેમની નામના થઈ.

૧ જાન્યુઆરી, ૧૮૯૪ના કોલકાતામાં જન્મેલા સત્યેન્દ્ર બોસ નાનપણથી જ ઘણા કુશાગ્રબુદ્ધિ અને તેજસ્વી હતા. ખાસ કરીને ગણિતમાં તે ઘણાં હોંશિયાર હતા તેથી કહેવાય છે, સ્કૂલમાં ગણિતના શિક્ષક ઉપેન્દ્રનાથ બક્શીએ તેમને ગણિતના પ્રશ્નપત્રમાં સોમાંથી એકસો દસ માર્ક આપ્યા હતા. પછી કોલકાતાની પ્રેસીડેન્સી કૉલેજમાં ભણતા સત્યેન્દ્રનાથ બોસ જગદીશચંદ્ર બસુ અને પ્રફુલ્લચંદ્ર રાય જેવા તેજસ્વી વૈજ્ઞાનિકોના સંપર્કમાં આવ્યા. ત્યારથી જ તેમના મનમાં વિજ્ઞાનના ક્ષેત્રમાં કંઈક મોટું કામ કરવાની ઈચ્છા પેદા થઈ.

કોલકાતા વિશ્વવિદ્યાલયની નવી સાયન્સ કૉલેજ ખુલી, તો સત્યેન્દ્રનાથ બોસની ત્યાં પ્રાધ્યાપક તરીકે નિમણૂક થઈ. પણ સત્યેન્દ્રનાથ અભ્યાસની જૂની

રીતથી ખુશ નહોતા. ભૌતિકવિજ્ઞાનમાં જે નવી નવી શોધ થઈ રહી હતી, તે તેને સારી રીતે સમજતા અને ઘણા રસ સાથે વિદ્યાર્થીઓને તેના વિશે કહેતા હતા. જર્મનીના વૈજ્ઞાનિક પી.જે. બ્રૂહનથી તેમની મુલાકાત થઈ, તો તેમને વિજ્ઞાનની નવી નવી પુસ્તકો વાંચવા માટે મળી. સન્ ૧૯૨૦માં તેમણે આઈનસ્ટાઈનના સાપેક્ષતા સિદ્ધાંત પર લખવામાં આવેલા તેમના શોધપત્રનું જર્મનમાંથી અંગ્રેજીમાં અનુવાદ કર્યું.

જ્યારે સત્યેન્દ્રનાથ બોસ બર્લિનમાં હતા, તેમના એક મિત્રએ તેમને ઢાકા વિશ્વવિદ્યાલયમાં રીડરના પદ માટે અરજીપત્રક ભરવા માટે કહ્યું, પરંતુ સત્યેન્દ્રનાથ બોસ અચકાતા હતા, કારણ કે તેમની પાસે ડૉક્ટરેટની ડિગ્રી નહોતી. મિત્રએ સૂચવ્યું, 'જો આઈનસ્ટાઈન એક અનુશંસાસ્તમક પત્ર લખી દે, તો કામ થઈ શકે છે.' સત્યેન્દ્રનાથ બોસે સંકોચ સાથે આઈનસ્ટાઈનને એ કહ્યું. આઈનસ્ટાઈનને ખૂબ જ આશ્ચર્ય થયું. તેમણે કહ્યું, 'આટલું કામ તમે કર્યું છે, શું હજુ તમને પ્રમાણપત્રની જરૂર છે?' તરત આઈનસ્ટાઈને પત્ર લખીને આપી દીધો અને ઢાકા વિશ્વવિદ્યાલયમાં રીડરના પદ પર સત્યેન્દ્રનાથ બોસની નિયુક્તિ થઈ ગઈ.

આના પછી પણ સત્યેન્દ્રનાથ બોસનું શોધ કાર્ય ચાલુ રહ્યું. સન્ ૧૯૨૪માં તેમણે પ્રસિદ્ધ વૈજ્ઞાનિક મૈક્સપ્લૈંકના ક્વાંટમના સિદ્ધાંતને લઈને પોતાનો મહત્ત્વપૂર્ણ શોધ-લેખ લખ્યો, 'પ્લૈંક્સ લૉ એન્ડ લાઈટ ક્વાંટ્મ હાઈપોથીસિસ.' આ લેખ કેટલીક પ્રતિષ્ઠિત પત્રિકાઓમાં છપાવવા માટે મોકલાયો, પણ દરેક જગ્યાએથી પાછો આવ્યો. ત્યારે સત્યેન્દ્રનાથ બોસે આઈનસ્ટાઈન પાસે મોકલ્યો. આઈનસ્ટાઈનને લેખ એટલો સારો લાગ્યો કે તેમણે ખુદ જર્મનમાં તેનું અનુવાદ કર્યું અને ઘણા સન્માન સાથે તેને પ્રકાશિત કરાવ્યો. આના પછી તો એકાએક બોસનું નામ સમગ્ર વિશ્વમાં છવાઈ ગયું. ક્વાંટમ સ્ટેટિસ્ટિક્સની શોધમાં બોસના આ શોધ-પત્રની મોટી ભૂમિકા હતી. આના આંકડાને બોસ-આઈનસ્ટાઈન સ્ટેટિસ્ટિક્સનું નામ આપવામાં આવ્યું. સાથે જ બોસ આંકડાનું અનુસરણ કરવાવાળા મૂળ કણોને ફોટોની જેમ 'બોસોન' નામ આપ્યું.

આઈનસ્ટાઈનના સિવાય સત્યેન્દ્રનાથ બોસને મેડમ ક્યૂરીની સાથે પણ કામ કરવાનો મોકો મળ્યો. જ્યારે તે મેડમ ક્યૂરીને મળ્યાં અને તેમણે પોતાની ઈચ્છા કહી તો તેમણે અચકાતા કહ્યું, 'પહેલા ફ્રાંસિસી ભાષા શીખો.' આના પર બોસે ફ્રાંસિસી ભાષામાં જ જવાબ આપ્યો, 'મેડમ મને ફ્રાંસિસી ભાષા આવડે છે.' સાંભળીને મેડમ ક્યૂરીએ ખુશ થઈને તેમને પોતાની સાથે કામ કરનારા સહયોગીઓમાં સામેલ કરી દીધા.

સત્યેન્દ્રનાથ બોસ એ વૈજ્ઞાનિકોમાંથી હતા, જેમના માટે વિજ્ઞાન કોઈ અલગ વસ્તુ નહોતી. તેમનું પૂર્ણ જીવન વિજ્ઞાનમય હતું. જે નવી નવી વૈજ્ઞાનિક શોધ અને કામ થઈ રહ્યું હતું, જેને જાણવા-સમજવા અને નવી-નવી વૈજ્ઞાનિક શોધને જીવનમાં જોડવાની વિનંતી તેમનામાં અંત સુધી તેમના મનમાં બનેલી રહી. તેમણે અનેક લોકોને વૈજ્ઞાનિક અધ્યયન અને શોધ માટે આગળ આવીને કામ કરવાની પ્રેરણા આપી. જે પણ તેમને મળતું, તેમના પ્રખર વિચારો અને ગહન શિષ્યવૃત્તિથી પ્રભાવિત થવા વગર નહોતા રહેતા.

સન્ ૧૯૭૪માં ૮૦ વર્ષની વયમાં સતેન્દ્રનાથ બોસનું સન્માન કરવા માટે કલકત્તામાં એક ભવ્ય સમારંભ થયો. તેમાં તેમણે કહ્યું, ‘મારી શોધને આજે દુનિયાએ સ્વીકાર કરી લીધી છે. મારા જીવનનો ઉદ્દેશ્ય પૂર્ણ થયો. હવે વધુ જીવીને શું કરીશ!’

એના એક મહિના પછી ૪ ફેબ્રુઆરી, ૧૯૭૪ના રોજ તેમનું અવસાન થયું. સત્યેન્દ્રનાથ બોસની અસાધારણ પ્રતિભા અને તેજસ્વીતાને આજે પણ આપણે મહેસૂસ કરીએ અને તેનાથી રોમાંચિત થઈએ છીએ.

૩૪

શાંતિસ્વરૂપ ભટનાગર

ભારતની વૈજ્ઞાનિક પ્રગતિના પથ-પ્રદર્શક

(૧૮૯૪-૧૯૫૫)

આધુનિક ભારતના સફળ અને ચર્ચિત વૈજ્ઞાનિકોમાં શાંતિસ્વરૂપ ભટનાગરનું નામ પણ ખૂબ આદરથી લેવામાં આવે છે. ભારતને વિજ્ઞાનના પ્રગતિ માર્ગ પર ઝડપથી આગળ લઈ જનારામાં ડૉ.ભટનાગરનું કામ અને ભૂમિકા અત્યંત મહત્ત્વપૂર્ણ છે. તેમણે સ્વતંત્ર ભારતમાં વિજ્ઞાનના મહારથી કે સારથી કહેવામાં આવે છે. જેમના કારણે ભારત ઔદ્યોગિક વિકાસમાં આટલી ઝડપથી આગળ વધી શક્યું. ભારતમાં એ સ્વપ્ન જોવાની અને તેના માટે યોજના બનાવનારાં વૈજ્ઞાનિકોમાં શાંતિસ્વરૂપ ભટનાગર સૌથી પ્રથમ હતા.

શાંતિ સ્વરૂપ ભટનાગરનો જન્મ ૨૧ ફેબ્રુઆરી, ૧૮૯૪ના શાહપુર જિલ્લા (હાલ પાકિસ્તાનમાં)ના ભેરા ગામમાં થયો હતો. તેમનો પરિવાર અત્યંત પ્રતિષ્ઠિત હતો. પિતા બ્રહ્મસમાજી હતા. પોતાના સ્વતંત્ર વિચારો અને સ્વાભિમાનના કારણે તેમણે કેટલાક ઉચ્ચપદોને અસ્વીકારી એક હાઈસ્કૂલમાં આચાર્યના પદ પર કામ કરવાનું મંજૂર કરી લીધું હતું. આ કારણે ઘરના વડીલોએ તેમને વડીલોપાર્જિત મિલકતમાંથી કાઢી મૂક્યા. શાંતિ સ્વરૂપ ભટનાગરનું બાળપણ વંચિતતા અને ગરીબીમાં વીત્યું. પિતાના મૃત્યુ પછી તો હાલત વધુ દયનીય થઈ ગઈ. માતા તેમને લઈને પોતાના ઘરે સિકંદરાબાદ (જિલ્લા

બુલંદશહેર) આવી ગઈ. અહીં શાંતિસ્વરૂપનું ભણતર ચાલવા લાગ્યું.

આગળના ભણતર માટે તે લાહોર પહોંચ્યા. ત્યાં વિજ્ઞાન અને ઊર્દૂ બંનેમાં તેમની પ્રતિભા એવી ખીલી કે તેમના શિક્ષકો પણ તેમના વખાણ કરતા નહોતા થાકતાં. વિદ્યાર્થી જીવનમાં જ તેમને વિજ્ઞાનના રસપ્રદ પ્રયોગો કરવામાં આનંદ આવતો હતો. પોતાના એવા જ એક પ્રયોગના વિષયમાં તેમણે 'લીડર' પત્રમાં લખ્યું હતું, જેની તરફ ઘણા વૈજ્ઞાનિકો અને વિદ્વાનોનું ધ્યાન ગયું. બધાએ તેમના વખાણ કર્યા.

ડૉ. ભટનાગરનું સ્વપ્ન હતું કે, ભારત વિજ્ઞાનની નવી નવી શોધના કારણે ઔદ્યોગિક વિકાસના રસ્તા પણ વધ્યા. આ કારણે તેમણે કેટલીક એવી શોધ કરી જેનો ઉદ્યોગોના વિકાસમાં સીધો ઉપયોગ થયો. કેટલીક વાર મોટી મોટી ફેક્ટરીઓ અને ઉદ્યોગોના માલિકો તેમની પાસે પોતાની તકલીફો લઈને આવતા. ડૉ. ભટનાગર તેને ઘણી ગંભીરતાથી તેમની સમસ્યાને સાંભળતા અને તેનો ઉકેલ સૂચવતા. તેનાથી ખુશ થઈને એક ઉદ્યોગપતિએ તો તેમને ઘણી મોટી રકમ આપી. પણ ડૉ. ભટનાગરે તેને નવી નવી વૈજ્ઞાનિક શોધ સાથે જોડાયેલી પ્રયોગશાળાઓ અને સાધનો ખરીદવા માટે ખર્ચ કર્યો, જેથી યુવાનોને કામ કરવાની એક સારી તક મળી શકે.

આ કારણે ચારે તરફ ડૉ. ભટનાગરનું નામ ફેલાઈ ગયું હતું. સન્ ૧૯૧૯માં એમ.એસ-સી.ની પરીક્ષા પાસ કરીને પછી દયાળસિંહ કૉલેજ ટ્રસ્ટ તરફથી મળેલી છાત્રવૃત્તિના કારણે શોધ-કાર્ય કરવા માટે તે ઈંગ્લેન્ડ પહોંચ્યા. ત્રણ વર્ષ સુધી સતત શોધ-કાર્યમાં ડૂબેલા રહ્યા પછી તેમણે ડી.એસ.-સી.ની ડિગ્રી મેળવી. ભારત પર ફરીને તેમની નિયુક્તિ લાહોર વિશ્વવિદ્યાલયમાં ફિઝિકલ કેમિસ્ટ્રીના પ્રૉફેસરના પદ પર થઈ. અહીંયા પણ ડૉ. ભટનાગરનું શોધ-કાર્ય ચાલુ રહ્યું. તેમનું ખાસ કામ ચુંબકીય રસાયણ પર હતું.

સન્ ૧૯૪૦માં વાઈસરોય લૉર્ડ લિનલિથગો લાહોરમાં તેમની પ્રયોગશાળા જોવા માટે પહોંચ્યા અને તેમના શોધ-કાર્યોથી પ્રભાવિત થયા. ભારત સરકારના ઉદ્યોગોમાં વૈજ્ઞાનિક અનુસંધાનોનો લાભ પહોંચાડવાના કારણે વૈજ્ઞાનિક અને ઔદ્યોગિક અનુસંધાન બોર્ડની સ્થાપના કરી. ડૉ. ભટનાગરને તેના ડિરેક્ટર બનાવાયા. આ પદ પર રહેતા તેમણે કેટલીક મહત્ત્વપૂર્ણ શોધ કરી, જેનો ઉપયોગ ભારતીય ઉદ્યોગોના વિકાસમાં થયો. તે ભારતીય ઉદ્યોગોના સામે આવનારી ટેક્નિકલ અને વ્યાવહારિક તકલીફોના વિષયમાં પણ સાવચેત હતા અને તેનું વૈજ્ઞાનિક સમાધાન શોધવામાં જોડાઈ જતા હતા. તેથી આજના ઔદ્યોગિક વિકાસને ઊંચાઈઓ પર પહોંચાડવાની દૃષ્ટિએ એક ઐતિહાસિક

મહત્ત્વનું કામ તેમણે કરી બતાવ્યું.

ભારતના આઝાદ થવા પર દેશના પહેલા પ્રધાનમંત્રી પંડિત જવાહરલાલ નેહરૂનો તેમને પૂરો સહયોગ મળ્યો. નેહરૂજી ડૉ. ભટનાગરની વૈજ્ઞાનિક પ્રતિભા અને દેશભક્તિથી ઘણા પ્રભાવિત હતા. ડૉ. ભટનાગરે એક પછી એક સમગ્ર દેશમાં રાષ્ટ્રીય પ્રયોગશાળાની સ્થાપના કરીને એક એવી મજબૂત શ્રેણી બનાવી દીધી, જેનાથી દેશને વિજ્ઞાનમાં પ્રગતિ પથ પર આગળ લઈ જવા અને વૈજ્ઞાનિક દૃષ્ટિથી ભારતને એક મહાશક્તિ બનાવવાની દૃષ્ટિએ એક મોટી ભૂમિકા નિભાવી.

ડૉ. ભટનાગરનું સ્વપ્ન હતું કે, દેશના દરેક યુવાન વૈજ્ઞાનિકને પોતાની આસપાસ જ વૈજ્ઞાનિક અધ્યયન અને શોધ માટે પૂરતી તક મળે. તે આવનારી કાલના એક વૈજ્ઞાનિક ભારતનું સ્વપ્ન જોઈ રહ્યા હતા, જેનાથી ભારત વિશ્વનો અગ્રણી દેશ બને અને ખરેખર આવનારા સમયના વૈજ્ઞાનિકોએ તેને ઘણી હદ સુધી પરિપૂર્ણ કરી બતાવ્યું.

૧ જાન્યુઆરી, ૧૯૫૫ના રોજ હાર્ટએટેક આવવાના કારણે ભારતના આ મહાન વૈજ્ઞાનિકનું નિધન થયું. ભારતના વૈજ્ઞાનિક વિકાસના નકશાને કોઈ જ્યારે ધ્યાનથી જોશે, ડૉ. ભટનાગરના મહાન યોગદાન તેની આંખો સામે જાતે જ તરી આવશે.

૩૫

હોમી જહાંગીર ભાભા

જેમણે પરમાણુ અનુસંધાનોનો પાયો રાખ્યો

(૧૯૦૯-૧૯૬૬)

આધુનિક યુગમાં જે ધુની વૈજ્ઞાનિકોના કારણે ભારત આજે પરમાણુ વિજ્ઞાનના શિખર સુધી પહોંચી શક્યું છે, તેમાં હોમી જહાંગીર ભાભાનું નામ સૌથી મુખ્ય છે. આ મહાન દૂરંદેશી વૈજ્ઞાનિકે ભારતના પરમાણુ કાર્યક્રમનો જે મજબૂત પાયો નાખ્યો, તેના પછી એક પછી એક અનુસંધાનોની સીડીઓ ચડતાં-ચડતાં ભારત આજે દુનિયાની મુખ્ય પરમાણુ શક્તિના રૂપે આજે ખ્યાતિ પ્રાપ્ત કરી શક્યું છે. આખી દુનિયા આજે ભારતને પરમાણુ શક્તિ સંપન્ન એક શક્તિશાળી દેશ માને છે.

હોમી જહાંગીર ભાભાનો જન્મ ૩૦ ઑક્ટોબર ૧૯૦૯એ મુંબઈના એક પ્રતિષ્ઠિત પારસી પરિવારમાં થયો. તેમના પિતા જહાંગીર એચ. ભાભા વકીલ હતા. માતા મહેરબાઈ ફ્રેમજી પાંડેભી અત્યંત સુસંસ્કૃત મહિલા હતી. મુંબઈમાં પ્રાથમિક ભણતરના પછી હોમી જહાંગીર ભાભા ઉચ્ચ અભ્યાસ માટે કેમ્બ્રિજ ગયા, જ્યાં તેમને કેટલાક પ્રતિષ્ઠિત વૈજ્ઞાનિકોનો સાથ મળ્યો. ત્યાંથી પરત ફર્યા બાદ તે બેંગલુરુમાં ઈન્ડિયન ઈન્સ્ટીટ્યૂટ ઑફ સાયન્સમાં ભૌતિકશાસ્ત્રમાં રીડરના પદ પર નિયુક્ત થયા. પણ હોમીના મનનું સ્વપ્ન બીજું જ કંઈક હતું.

ત્યાંથી કેટલાક વર્ષો પછી તે મુંબઈ આવી ગયા અને એક નવી સંસ્થા ટાટા ઈન્સ્ટીટ્યૂટ ઑફ ફંડામેન્ટલ રિસર્ચના દિગ્દર્શક બન્યા. આ સંસ્થા ભાભાના સ્વપ્નોનો જ વ્યવહારિક રૂપ હતી. ખરેખરમાં ભાભા ઘણી ઝડપથી એ વાત વિચારતા હતા કે આજથી વર્ષો પછી જ્યારે પરમાણુ ઊર્જાનો વીજળી ઉત્પન્ન

કરવા માટે ઉપયોગ થશે, તો ભારત આ ક્ષેત્રમાં કોઈથી પાછળ ન રહે. ટાટા ઈન્સ્ટીટ્યૂટ ઑફ ફંડામેન્ટલ રિસર્ચની સ્થાપના આ સ્વપ્નને પૂર્ણ કરવા માટે જ કરવામાં આવી હતી.

સન્ ૧૯૪૮માં ભારતમાં પરમાણુ ઊર્જા આયોગની સ્થાપના થઈ. ત્યારે ડૉ. ભાભાને એના અધ્યક્ષ બનાવાયા. શાંતિપૂર્ણ કામના માટે પરમાણુ ઊર્જાના ઉપયોગનું તેમનું સ્વપ્ન તત્કાલીન પ્રધાનમંત્રી જવાહરલાલ નહેરૂને ખાસ પસંદ આવ્યું. તેમણે દરેક રીતે ડૉ. હોમી જહાંગીર ભાભાને મદદ કરી અને ટૂંકા ગાળામાં પરમાણુ ક્ષેત્રમાં ભારત એક નવા યુગ સમય સુધી પહોંચી ગયો.

આ ઉપરાંત પરમાણુ વિજ્ઞાનમાં ભાભાની શોધો પણ પોતાનું મહત્ત્વપૂર્ણ સ્થાન ધરાવે છે. ઈલેક્ટ્રોન દ્વારા વિકિરણ ઊર્જા-ક્ષય અને પ્રોટોન દ્વારા જોડી ઉત્પાદનનો સિદ્ધાંત ડૉ. ભાભાની એક મહત્ત્વપૂર્ણ શોધ હતી, જેની તરફ સમગ્ર દુનિયાના વૈજ્ઞાનિકોનું ધ્યાન ગયું,પરંતુ ભાભાનું આનાથી પણ મહત્ત્વપૂર્ણ કામ દેશમાં પરમાણુ રિએક્ટર બનાવવાની ક્ષમતા ઉત્પન્ન કરવાનું છે. તેમના કારણે આજે ભારત ખુદ પરમાણુ રિએક્ટર બનાવનારો દુનિયાનો એક મહત્ત્વપૂર્ણ દેશ બની શક્યો છે.

ડૉ. ભાભાને સંગીત અને ચિત્રકળામાં પણ ઊંડો રસ હતો તેમના દ્વારા દોરવામાં આવેલા કેટલાક કળાત્મક ચિત્રો આપણને મળે છે. આશ્ચર્ય! વિજ્ઞાનના માટે આટલો સમય આપવા છતાં ભાભા પોતાની આ રુચિ માટે સમય કાઢી લેતા હતા.

૨૪ જાન્યુઆરી, ૧૯૬૬ના એક વિમાન દુર્ઘટનામાં ભારતના આ અસાધારણ પ્રતિભાશાળી વૈજ્ઞાનિકનું નિધન થઈ ગયું. ભારતને એક મુખ્ય પરમાણુ સંપન્ન દેશ બનાવવાનું તેમના સ્વપ્નનું મૃત્યુ ન થયું. તે ક્યારેય મરી પણ નથી શકતું.

૩૬

વિક્રમ સારાભાઈ

ભારતના પ્રસિદ્ધ અંતરિક્ષ-વિજ્ઞાની

(૧૯૧૯-૧૯૭૧)

આધુનિક યુગમાં ભારતને વૈજ્ઞાનિક દૃષ્ટિથી સમૃદ્ધ, અદ્યતન અને શક્તિશાળી દેશ બનાવવામાં જે વૈજ્ઞાનિકોનું સૌથી વધુ યોગદાન આપ્યું, તેમાં વિક્રમ અંબાલાલ સારાભાઈ પણ છે. વિક્રમ સારાભાઈની ગણતરી અવકાશ સંશોધનની દૃષ્ટિથી ભારતના ઉચ્ચ વૈજ્ઞાનિકોમાં થાય છે. આ કારણથી હોમી જહાંગીર ભાભા પછીની પેઢીના વૈજ્ઞાનિકોમાં તે સૌથી વધુ સંસ્થાપિત અને ભારતની જનતાના લાડકા વૈજ્ઞાનિકોમાંથી છે.

૧૨ ઓગસ્ટ, ૧૯૧૯ના એક સંપન્ન પારસી પરિવારમાં જન્મેલા વિક્રમ સારાભાઈ નાનપણથી જ ખૂબ પ્રખર, બુદ્ધિશાળી અને ચિંતનશીલ હતા. તે જે પરિવારમાં જન્મ્યા હતા, તેમાં વાંચન-લેખન અને ભણતરની તમામ સુવિધાઓ હતી અને વિક્રમને પહેલાથી જ પુસ્તકો વાંચવાનો શોખ હતો. તેમણે રૂપિયા કમાવવાની જગ્યાએ જ્ઞાન મેળવવાનું અને દેશ માટે કામ કરવાનો નિશ્ચય કર્યો. તેમનો રસ પહેલાથી જ ગણિત અને ભૌતિકશાસ્ત્રમાં હતો અને તેમણે ભૌતિકશાસ્ત્રમાં જ આગળ વધીને કામ કર્યું અને નવી શોધ કરવાનો નિશ્ચય કર્યો.

સન્ ૧૯૪૩માં વિક્રમ સારાભાઈ અવકાશ-કિરણોનો અભ્યાસ કરવા માટે કશ્મીર ગયા. પણ અહીંયા હિમાલયની કુદરતી સુંદરતાએ તેમને એટલા મોહિત કર્યા કે તેમણે વિચાર્યું કે, 'કદાચ, અવકાશ-કિરણો પર શોધ માટે હું

અહીંયા પોતાની પ્રયોગશાળા બનાવી શકું!' જો કે આ દિશામાં વધુ શોધ માટે તેઓ ઈંગ્લેન્ડ ગયા. પરત આવીને તેઆએ અમદાવાદમાં ભૌતિકશાસ્ત્રની પ્રયોગશાળા સ્થાપિત કરી. આ પણ ઉચ્ચ શિક્ષણની એક એવી સંસ્થા છે, જેવી સંસ્થા ભાભાએ 'ટાટા ઈન્સ્ટીટ્યૂટ ઑફ ફંડામેન્ટ રિસર્ચ' નામથી બનાવી હતી. માત્ર, ફરક એટલો હતો કે ભાભા દ્વારા સ્થાપિત સંસ્થા પરમાણુ કાર્યક્રમો અને સંશોધનો પર વધુ કેન્દ્રિત છે અને વિક્રમ સારાભાઈની સંસ્થા અવકાશ સંશોધનને કેન્દ્રમાં રાખીને ચાલી રહી છે.

સાચું તો એ છે કે, અવકાશ વિજ્ઞાનની દૃષ્ટિથી આજે ભારત દુનિયાના કેટલાક મોટા અદ્યતન દેશોમાં ગણવામાં આવે છે, તો એનો શ્રેય વિક્રમ સારાભાઈની દૂરંદેશી, જુસ્સો અને પ્રતિભાને જાય છે. તેમના કારણે ભારતીય અવકાશ સંશોધન સંગઠન (ઈસરો)ની ગતિવિધિઓનો વિસ્તાર થયો અને નવી નવી ટેક્નોલૉજી ભારતમાં આવી. સન્ ૧૯૭૫માં આર્યભટ ઉપગ્રહ અવકાશમાં મોકલાયો. તેની પાછળની યોજના અને વિચાર વિક્રમ સારાભાઈના જ હતા. આ ઉપરાંત જીવનભર અવકાશ કિરણોના અભ્યાસમાં તેઓ લીન રહ્યા અને આ સંબંધમાં તેમની શોધ અને સ્થાપનાઓએ આખી દુનિયાનું ધ્યાન આકર્ષિત કર્યું.

અસલમાં વિક્રમ સારાભાઈનું વિચારવું હતું કે આગળ ચાલીને અવકાશ વિજ્ઞાન કોઈ રાષ્ટ્રના વિકાસમાં ઘણી મોટી ભૂમિકા નિભાવનાર છે. તે આપણને વાયુમંડળ સૂર્યની પ્રકૃતિ તથા પ્રકૃતિના ગૂઢ રહસ્યોને સમજવામાં મોટું મદદગાર થશે. સાથે જ તમામ રીતેના વૈજ્ઞાનિક વિકાસમાં પણ તેની પોતાની મોટી ભૂમિકા હશે. આ કારણથી તેમણે અવકાશ વિજ્ઞાનમાં નવી નવી શોધ કરવાનો જે રસ્તો બતાવ્યો, તેના પર ચાલીને નવી પેઢીથી ઘણા યુવા વૈજ્ઞાનિકોએ ઘણું મહત્ત્વપૂર્ણ કામ કરી બતાવ્યું.

આવી રીતે વિક્રમ સારાભાઈનું એક મોટું લક્ષ્ય હતું કે, વિજ્ઞાનને લોકપ્રિય બનાવવું. તે ઇચ્છતા હતા કે વિજ્ઞાન માત્ર કેટલાક વૈજ્ઞાનિકો અથવા વિજ્ઞાન વાંચનારા વિદ્યાર્થીઓનો રસનો વિષય ન રહે, જો કે જનતા પણ તેમાં રસ લે અને દેશને વૈજ્ઞાનિક વિકાસમાં પોતાની મોટા અને કારગર ભૂમિકા નિભાવે. ત્યારે એ સંભવ હતું કે દેશમાં યુવા વૈજ્ઞાનિકોની એક પ્રતિભાશાળી પેઢી સામે આવે, જે દુનિયામાં થઈ રહેલા નવાં-નવાં સંશોધનોથી જોડીને ભારતને તે જ દિશામાં આગળ વધારે. આ ઉપરાંત વિક્રમ સારાભાઈ કપડાંના ઉદ્યોગની સાથે સાથે અન્ય કેટલાક ઉદ્યોગના આધુનિકીકરણના પક્ષમાં હતા, તેથી આ ઉદ્યોગોના સારા પરિણમો સામે આવી શકે અને તેમાં સારા નિર્માણની સાથે સાથે કળાત્મક

પૂર્ણતા પણ હોય. આ કારણથી તેમણે કેટલીક સંસ્થાઓ બનાવી અને આગળ વધીને કામ કર્યું. આવી રીતે દવા ઉદ્યોગમાં મહત્ત્વનું જે સીમાચિહ્ન કામ તેમણે કર્યું, તેનું મહત્ત્વ આજે પણ તમામ લોકો સ્વીકાર કરે છે.

૩૧ ડિસેમ્બર, ૧૯૭૧માં ૫૨ વર્ષની વયે જ ભારતના તાજા ઉત્સાહથી ભરેલા આ પ્રતિભાશાળી વૈજ્ઞાનિક અવસાન પામ્યા. આધુનિક ભારતના વૈજ્ઞાનિક વિકાસ તથા ભારતના અવકાશ સંશોધનને ગતિ અને ઊંચાઈ આપવામાં તેમણે જે મહત્ત્વપૂર્ણ ભૂમિકા નિભાવી, તેને આજે પણ આપણે આદર સાથે યાદ કરીએ છીએ.

સાચું તો એ છે કે એકવીસમી સદીમાં ભારતને સાચે જ વિજ્ઞાનની ટોચ પર લઈ જનારામાં વિક્રમ સારાભાઈ પણ છે, જે શરીરથી ન હોવા છતાં, એક ઉજ્જવળ સ્વપ્નના રૂપે આજે આપણને દરેક જગ્યાએ દેખાય છે.

૩૭

હરગોવિંદ ખુરાના

જેમણે આનુવંશિકીમાં મહાન શોધ કરી

(જ. ૧૯૨૨)

વિદેશમાં રહીને ભારતીય મૂળના જે વૈજ્ઞાનિકોએ પોતાની સારી વૈજ્ઞાનિક શોધોથી આખી દુનિયાનું ધ્યાન આકર્ષિત કર્યું અને દૂર દૂર સુધી ભારતનો ધ્વજ લહેરાવ્યો, તેમાં હરગોવિંદ ખુરાનાનું નામ સૌથી પહેલા યાદ આવે છે. તેમણે જિનેટિક્સ વિજ્ઞાન અથવા જિનેટિક્સમાં પોતાની યુગનિર્માણ શોધથી આખી દુનિયાને મનાવી દીધું કે ભારતીય લોકો હજુ પણ જ્ઞાન અને પ્રતિભામાં પાછળ નથી. સારી પરિસ્થિતિ અને સાધન મળે, તો તે ઘણું બધું કરીને બતાવી શકે છે.

૯ જાન્યુઆરી, ૧૯૨૨ના પંજાબના રાયપુર ગામમાં જન્મેલા હરગોવિંદ ખુરાના નાનપણથી પુસ્તકો વાંચવાના શોખીન હતા. જે ગામમાં તેમનો જન્મ થયો, ત્યાં વધુ પડતા લોકો નિરક્ષર હતા. માત્ર હરગોવિંદ ખુરાનાનો પરિવાર જ ભણેલો ગણેલો હતો. શરૂઆતમાં ગામની શાળામાં જ તેઓ ભણ્યા. આગળના ભણતર માટે તે લાહોર ગયા. ત્યાં એમ.એસ-સી. કર્યા પછી તે શોધ કરવા માટે લિવરપૂલ વિશ્વવિદ્યાલય પહોંચ્યા. ત્યાંથી પી-એચ.ડી.ની ડિગ્રી મેળવીને સ્વદેશ પહોંચ્યા, તો તે વિચારતા હતા કે ભારતમાં તેમને કામ કરવાનો મોકો મળશે. તેમણે દિલ્લી વિશ્વવિદ્યાલયમાં લેક્ચરરની નોકરી મેળવવા અરજી કરી. તે કેનેડા ચાલ્યા ગયા અને વિજ્ઞાનની નવી નવી શોધમાં જોડાઈ ગયા. તેમણે એક નવા

રસાયણ કૉએંજાઈમ-એની શોધ કરી, જેનાથી તેમનું નામ દૂર દૂર સુધી ફેલાઈ ગયું. ત્યાંથી તે અમેરિકાના બિસ્કોન્સિન વિશ્વવિદ્યાલયમાં આવ્યા. થોડા સમય પછી તે મૈસાચ્યૂસેટ્સ ઈન્સ્ટીટ્યૂટ ઑફ ટેક્નોલૉજીના રસાયણશાસ્ત્રના પ્રોફેસર બન્યા. હવે તેમનો વધુ પડતો સમય પોતાના પ્રિય વિષય જિનેટિક્સ પર શોધમાં વીતતો હતો.

હજુ સુધી જિનેટિક્સ વિજ્ઞાન ઘણી પ્રગતિ કરી ચૂક્યું હતું અને સૈદ્ધાંતિકરૂપે ઘણા વૈજ્ઞાનિકોએ માની લીધું હતું કે, માણસ સહિત તમામ પ્રાણીઓની રચના જીન્સથી થાય છે. આ નાના નાના જીન્સ માણસના વ્યક્તિત્વ, પ્રતિભા અને ઘણી બીજી બધી વસ્તુઓના માટે નિર્ણાયક ભૂમિકા નિભાવે છે. એવા અસંખ્ય જીન્સ દરેક માણસ અને પશુ-પક્ષીઓ વગેરેમાં હોય છે. એ પણ લાગી રહ્યું હતું કે, એવા જીન્સ કૃત્રિમ રીતે બનાવી લેવામાં આવે, ન માત્ર જિનેટિક રોગો વગેરેથી બચી શકાય, જો કે સાથે જ માણસની કેન્સર જેવી અસાધ્ય રોગોની સારવાર પણ થઈ શકે. હવે સવાલ એ હતો કે શું આ જીન્સ પ્રયોગશાળામાં બનાવી શકાય છે? કારણ કે આ વાતને કહેવી જેટલી આસાન છે, કરવી એટલી જ મુશ્કેલ છે.

પણ ધુની વૈજ્ઞાનિક હરગોવિંદ ખુરાના આ કામમાં જોડાયા, તે તેમણે બધું છોડી આમાં જ પોતાની તમામ શક્તિ લગાવી દીધી. આખરે તેમણે અશરિકિયા કોળી નામના એક જીવાણુના જીન બનાવીને બતાવી દીધું. ધીમે ધીમે તેમણે બીજા જીન પણ બનાવ્યા. સૌથી આશ્ચર્યજનક વાત એ હતી કે, જ્યારે તેમણે અશરિકિયા કોળીમાં પ્રયોગશાળામાં બનાવેલો આ જીન નાખ્યો, તો તે બીજા પ્રાકૃતિક જીનની જેમ જ વ્યવહાર કરવા લાગ્યો. આ જોઈને હરગોવિંદ ખુરાના એક સુખદ આશ્ચર્યથી ભરાઈ ઊઠ્યા. તેમણે ખરેખર એક મોટી અને ક્રાંતિકારી સફળતા હાંસલ કરી હતી. આ માણસને આગળ વધીને પ્રકૃતિની રચનામાં રચનાત્મક હસ્તક્ષેપ હતો. જોતજોતામાં આખી દુનિયામાં હરગોવિંદ ખુરાનાનું નામ છવાઈ ગયું અને દુનિયાના મોટા વૈજ્ઞાનિકોમાં તેમની ગણતરી થવા લાગી. પોતાની આ શોધ પર તેમણે માર્શલ ડબ્લ્યૂ. નિરેનબર્ગ અને રોબર્ટ ડબ્લ્યૂ હોલીની સાથે સંયુક્તરૂપે તબીબીશાસ્ત્રનો નોબેલ પુરસ્કાર મળ્યો. હરગોવિંદ ખુરાનાની ઉંમર તે સમયે માત્ર ૪૬ વર્ષ હતી.

પણ આટલી મોટી સફળતા મળ્યા પછી પણ તેઓ રોકાવાનું નહોતા શીખ્યા. તે આગળ પણ પોતાની શોધોમાં લાગી ગયા. દુનિયાના અન્ય જિનેટિક્સ વૈજ્ઞાનિકોની જેમ તેમનો લક્ષ્ય પણ આખરે મનુષ્યના જીન બનાવવાનો છે, કારણ કે આનાથી તબીબીશાસ્ત્રના ક્ષેત્રમાં ખરેખર એક અવિસ્મરણીય ક્રાંતિકારી

અધ્યાય જોડાશે. પણ આ કામ અત્યંત જટિલ છે, કારણ કે માણસના જીન એશરિકિયા કોળીના જીનની સરખામણીમાં કેટલુંક લાબું અને જટિલ છે. પણ આ ધુની વૈજ્ઞાનિકની પ્રેરણા લઈને કેટલાક વૈજ્ઞાનિક અને ખુરાનાના કેટલાક શિષ્યો આ કામમાં જોડાયા. સાથે જ ખુરાના એ વાતના અભ્યાસમાં લાગ્યા કે જો જીનમાં કંઈક પરિવર્તન કરવામાં આવે, તો એનાથી કોઈ જીવની રચના, આકૃતિ અને સ્વભાવ પર કેવો પ્રભાવ પડે છે.

તે સ્પષ્ટ છે, હરગોવિંદ ખુરાનાનું આ કામ જેટલું આશાઓથી ભરેલું છે, તેટલું જ ગૂંચવણ અને જોખમોથી ભરેલું થયું. પરંતુ જો તે શક્ય હોય તો દેખીતી રીતે, ૨૧મી સદીમાં એક ચોક્કસ અલગ રીતે તબીબીશાસ્ત્રનો પાયો નંખાશે. અને ત્યારે હરગોવિંદ ખુરાનાને યુગનિર્માણનો દરજ્જો મળશે. પોતાની આ અવસ્થામાં પણ તે એટલી સક્રિયતાથી પોતાના કામમાં જોડાયેલા છે, આ જોઈને ઘણી આશાઓ બંધાય છે.

૩૮

જે.બી.એસ. હાલ્ડેન

જે ભારતમાં જ રચી-વસી ગયા

(૧૮૯૨-૧૯૬૪)

આધુનિક ભારતના વૈજ્ઞાનિકોમાં જે.બી.એસ. હાલ્ડેનનું નામ ઘણા સન્માનની સાથે લેવાય છે. હાલ્ડેન ઓક્સફોર્ડમાં પેદા થયા, પરંતુ આ પ્રાચીન દેશની ધરતીનું આકર્ષણ તેમને અહીં ખેંચી લાવ્યું. ભારતમાં આવીને તેઓ ભારતીય સભ્યતામાં સ્થાયી થયા, જો કે સાથે જ ભારતની વૈજ્ઞાનિક પ્રગતિ અને અનુસંધાનમાં તેમણે ઘણું યોગદાન આપ્યું.

પ્રોફેસર હાલ્ડેનનું આખું નામ હતું - જોન બર્ડન શેંડરસન હાલ્ડેન. તેમનો જન્મ ૫ નવેમ્બર, ૧૮૯૨એ ઓક્સફર્ડમાં થયો. તેમના પિતા જોન સ્પોટ હાલ્ડેન પ્રસિદ્ધ ફિઝિયોલોજિસ્ટ હતા. નાનપણથી જ જોન બર્ડન થોડા મસ્તીખોર પરંતુ પ્રતિભાશાળી હતા. તેમની પ્રતિભા નવાં-નવાં રૂપોમાં બહાર આવતી. જો કે ક્યારેક ક્યારેક તો વળગાડમાં તેઓ કંઈક વિચિત્ર કામ કરતા હતા. એકવાર માતાએ તેમને કંઈક વિચિત્ર મુદ્રાઓ બનાવતા જોયા. તેમને ઘણું આશ્ચર્ય થયું. પૂછવા પર જોન બર્ડન શેંડરસને જવાબ આપ્યો, ‘માતા! હું અલગ અલગ રીતે કુતરાઓ જેવી મુદ્રા બનાવવાની કોશિશ કરી રહ્યો છું.’ એના પછી તેમણે અલગ અલગ રીતે કુતરાઓના ચહેરાનું વર્ણન કર્યું, તો માતા હસતાં-હસતાં બેવડ થઈ ગઈ.

નાની ઉંમરમાં જ હાલ્ડેનની વિજ્ઞાનમાં એટલો ઊંડો રસ થઈ ગયો કે પિતાના અનેક પ્રયોગોમાં મદદ કરવા લાગ્યા. પિતા તેમની પ્રતિભાની સાથે સાથે જોખમ લેવાનું તેમનું સાહસ જોઈને પણ આશ્ચર્યચકિત હતા. હાલ્ડેનની આ પ્રવૃત્તિ અંત સુધી બની રહી. પ્રથમ વિશ્વ યુદ્ધના સમયે તેમણે કેટલાક જોખમો

ઉઠાવીને દેશ માટે કામ કર્યું હતું. દુશ્મનના કેંપોમાં ઘૂસીને જરૂરી માહિતીઓ પણ લઈ આવતા હતા.

હાલ્ડેનની વધુ રુચિ જીવ જંતુઓ અને અલગ અલગ પ્રકારના છોડમાં હતી. તેમણે વિધિવત્ વિજ્ઞાનનુ શિક્ષણ નહોતું લીધું. પણ પોતાની ઊંડી અંતર્દૃષ્ટિના કારણે કાયમી વસ્તુઓના ઊંડાણ સુધી પહોંચી જતા અને તેના ખૂબ જ મૂળ તારણો સાથે દરેકને આશ્ચર્યચકિત કરી દેતા હતા. જિનેટિક્સમાં તેમની શોધોની તરફ આ મૌલિકતાની તરફ વૈજ્ઞાનિકોનું ધ્યાન ગયું. ૧૯૩૨માં તે રોયલ સોસાયટીના અનુયાયી બન્યા. હાલ્ડેનની પત્ની ડૉ. હેલેન સ્પર્કે પણ પ્રસિદ્ધ વૈજ્ઞાનિક હતી.

હાલ્ડેન કાયમ ભારત આવતા હતા. આ પ્રાચીન દેશ પોતાની વિવિધતા, જીવજંતુ અને વનસ્પતિ સંપદાને કારણે સતત તેમને આકર્ષિત કરતો હતો. ભારતીયતા અને ભારતના અહિંસા દર્શનથી પણ હાલ્ડેન પ્રભાવિત હતા. તેથી સન ૧૯૫૭માં તેઓ ઈંગ્લેન્ડ છોડી પત્ની ડૉ. હેલેન સ્પર્વેની સાથે ભારત આવી ગયા અને અને અહીંયા નાગરિકતા ગ્રહણ કરી લીધી. તે એવી રીતે ભારતીય થઈ ગયા અને તેમણે અહીંયાની નાગરિકતા ગ્રહણ કરી લીધી. ધોતી કુરતો પહેરવું તેમને સારું લાગતું હતું અને હાલ્ડેન પોતાની ભારતીય પોશાકમાં શોભતા પણ ખૂબ હતા.

હાલ્ડેનએ કલક્તાની આંકડાકીય સંસ્થામાં ખાસ્સુ કામ કર્યું. પછી ઓરિસ્સા સરકારના આગ્રહ પર તે ભુવનેશ્વર આવી ગયા. તેમણે જિનેટિક્સ એન્ડ બાયોમેટ્રિક પ્રયોગશાળાના ડાયરેક્ટર બનાવાયા. જીવનભર તેઓ ત્યાં સંશોધનમાં જોડાયેલા રહ્યા. છેલ્લે ૧ ડિસેમ્બર, ૧૯૬૪એ કેન્સરથી તેમનું મૃત્યુ થયું. આનાથી પહેલા તેમણે કેન્સર પર એક અદ્ભુત કવિતા 'કેન્સર ઈઝ અ ફની થિંગ' લખી હતી. તેમને ખબર હતી કે કેન્સરને કારણે તેમણે જલ્દી ચાલ્યા જવાનું છે, પણ એનાથી ભયભીત થવાની જગ્યા એ વધુ ધુનની સાથે તે પોતાના કામમાં જોડાઈ ગયા. હાલ્ડેનના મૃત્યુ પછી તેમની પત્ની હૈદરાબાદ ચાલી ગઈ, જ્યાં ૧૯૭૮માં તેમનું નિધન થયું.

વિજ્ઞાન જગતમાં એવા સમર્પિત દંપતી ઘણા ઓછા છે તેમણે જીવનભર એક-બીજાનો સાથ નિભાવ્યો અને તેમણે પોતાના કામમાં આગળ વધવાની શક્તિ અને પ્રેરણા આપી. જ્યારે હાલ્ડેન ભારત આવ્યા તો તેમની પત્નીએ પણ તેમની આ બદલાયેલી જીવનશૈલી અને આદર્શોને ખુશી ખુશી અપનાવી લીધા અને તે પણ પતિની જેમ જ ભારતીયતામાં સ્થાયી થઈ.

ઓરિસ્સા યુનિવર્સિટી ઑફ એગ્રીકલ્ચર એન્ડ ટેક્નોલૉજીમાં બનાવવામાં આવેલો હાલ્ડેન હોલ આજે પણ આપણને આ દિલખુશ વૈજ્ઞાનિકની યાદ અપાવે છે, જે ભારતમાં જન્મ્યા ભલે ન હોય, પણ જેમના રોમ-રોમ ભારતીય સંસ્કૃતિમાં સ્થાયી થયાં.

૩૯

અયોધ્યાનાથ ખોસલા

સિંચાઈ અને જળ-વિકાસમાં નવી શોધ

(જ. ૧૮૯૨)

૨૦મી સદીના પ્રારંભિક સમયના પ્રતિભાશાળી વૈજ્ઞાનિકોમાં અયોધ્યાનાથ ખોસલાનું નામ ઘણા સન્માન સાથે લેવામાં આવે છે. ખાસ કરીને સિંચાઈ અને જળવિકાસને લઈ તેમનું સંશોધન કાર્ય ઘણું મહત્ત્વપૂર્ણ છે અને આ દૃષ્ટિથી ભારતના ગણ્યાં-ગાંઠ્યા ટોચના વૈજ્ઞાનિકોમાં તેમની ગણતરી થાય છે.

૧૧ ડિસેમ્બર, ૧૮૯૨ના પંજાબમાં જન્મેલા અયોધ્યાનાથ ખોસલા નાનપણથી જ ખાસ્સા બુદ્ધિશાળી અને અભ્યાસુ હતા. તેમની પ્રતિભાને જોઈને સૌ કોઈ આશ્ચર્યચકિત થઈ જતા અને તેમના વખાણ કરતા હતા. ડી.એ.વી. કૉલેજ લાહોરમાં બી.એ. ઓનર્સ કર્યા પછી તેમણે રૂડકીથી એન્જિન્યરિંગની પરીક્ષા પાસ કરી. તેના પછી પંજાબમાં સિંચાઈ વિભાગમાં તેઓએ ચીફ એન્જિનિયર સહિત એકથી એક મોટા પદોને સુશોભિત કર્યા. જો કે વિજ્ઞાનના અધ્યયન અને નવી નવી વૈજ્ઞાનિક શોધોમાં તેમની રુચિ અંત સુધી બની રહી.

ડૉ. ખોસલાએ વિજ્ઞાનની કેટલીક શાખાઓમાં કામ કર્યું અને તેમના શોધ-પત્ર દુનિયાના જાણીતા રિસર્ચ જર્નલ્સમાં છપાયા. તેમણે કેટલીક મહત્ત્વપૂર્ણ પુસ્તકો પણ લખી, જેમાં તેમની શોધના નિષ્કર્ષ હતા. તેથી તેમણે આગળ આવનારા સંશોધકોને શોધ-કાર્ય માટે પ્રેરિત કર્યા અને એક સારા માર્ગદર્શકનું કામ કર્યું. અયોધ્યાનાથ ખોસલાનું મુખ્ય કાર્ય પાણીનો પ્રવાહ અને જળ

સંસાધનોના સંરક્ષણને લઈને હતું. તેમણે તે સમયે બનાવવામાં આવી રહેલા બંધો અને તેના કારણે ઉદ્ભવતી સમસ્યાઓ પર ગંભીરતાથી સંશોધન કર્યા અને તેની નબળાઈઓ શોધી. તેમના પ્રમાણે પાણી એન્જીનિયરિંગ વિધિની જગ્યાએ બ્લાઈક્રીપ સિદ્ધાંત અપનાવવાથી બંધને નુકસાન નહીં પહોંચે અને તેની સ્થિરતામાં ઘણો વધારો થયો.

નદીઓમાં પાણીના પ્રવાહથી આવનારી મુશ્કેલીઓની સાથે સાથે તેમણે નીચે સ્થાયી થતા કાંપ પર સંશોધન કાર્ય પણ કર્યું. અને પોતાની મહત્ત્વપૂર્ણ સ્થાપના વૈજ્ઞાનિકોની સામે મૂકી, જેની તરફ સમગ્ર દુનિયાના વૈજ્ઞાનિકોનું ધ્યાન ગયું. આવી રીતે તેમણે બંધને લઈ ઉત્પન્ન થતી સમસ્યાઓથી સામનો કરવાની રીતો શોધી.

તેમના તારણોનો લાભ લઈને, પછીથી સુધારેલી તકનીકો સાથે બંધ બાંધવામાં આવ્યા અને તે પહેલાની સરખામણીએ ઘણા સફળ, સ્થિર અને ઉપયોગી સાબિત થયા. આવી રીતે અયોધ્યાનાથ ખોસલાએ પાણી-વિદ્યાને ઊંડાઈથી સમજીને તેને લઈને નવા સિદ્ધાંતો સામે રાખ્યા, જેનાથી વૈજ્ઞાનિકોની સાથે સાથે સામાન્ય જનતાને પણ ઘણો લાભ થયો. ડૉ. ખોસલાને પોતાની વૈજ્ઞાનિક શોધને કારણે ૧૯૭૪માં શાંતિસ્વરૂપ ભટનાગર ગોલ્ડ મેડલ મળ્યો અને ૧૯૭૭માં તેમને પદ્મવિભૂષણથી સન્માનિત કરવામાં આવ્યા.

અયોધ્યાનાથ ખોસલા માત્ર પુસ્તકિયા વૈજ્ઞાનિક નહોતા રહ્યા. તેમણે કેટલોક સમય સંસદ સભ્ય તરીકે પણ જનતાની સેવા કરી. આવી રીતે રૂડકી વિશ્વવિદ્યાલયના તે કુલપતિ પણ રહ્યા. પ્રવાહી એન્જિનિયર અથવા જળવિજ્ઞાનમાં તેમના સતત પ્રયોગો અને સંશોધનોનું મહત્ત્વ આજે આખી દુનિયા ઉપકાર સાથે સ્વીકાર કરી રહી છે અને ભવિષ્યમાં પણ આ કારણે અયોધ્યાનાથ ખોસલાની ખ્યાતિ અમર રહેશે.

૪૦

પ્રશાંતચંદ્ર મહાલાનોબિસ

ભારતમાં સાંખ્યિકીના જન્મદાતા

(૧૮૯૩-૧૯૭૨)

પ્રશાંતચંદ્ર મહાલાનોબિસ આધુનિક ભારતના એ પ્રતિભાશાળી વૈજ્ઞાનિક હતા, જેમણે ભારતમાં આંકડાશાસ્ત્ર અને સ્ટેટેસ્ટિક્સના પિતાના રૂપમાં યાદ કરવામાં આવે છે. તેમણે ભારતમાં આંકડાશાસ્ત્રનો એટલો મજબૂત પાયો નાંખ્યો કે ટૂંકાગાળામાં પાછલા કેટલાક દાયકાઓમાં ભારત જ્ઞાનના આ ક્ષેત્રમાં અગ્રણી હરોળમાં ગણવામાં આવવા લાગ્યો.

પ્રશાંતચંદ્ર મહાલાનોબિસનો જન્મ ૨૯ જૂન, ૧૮૯૩ના કોલકાતાના એક પ્રતિષ્ઠિત વેપારી પરિવારમાં થયો. તેમની માતા નિરોદભાષિણી પ્રસિદ્ધ તબીબ હતી. નાનપણમાં જ સંસ્કારી એવા બ્રહ્મસમાજી પરિવારનો પ્રશાંતચંદ્ર પર એવો પ્રભાવ પડ્યો કે, તેમની અંદર અભ્યાસ અને જ્ઞાનવિજ્ઞાનની દુનિયાના કેન્દ્ર સુધી પહોંચવાની તૃષ્ણા ઉત્પન્ન થઈ. કોલકાતાની પ્રેસીડેન્સી કૉલેજમાં બી.એસ-સી.ની ડિગ્રી મેળવ્યા બાદ આગળના ભણતર માટે તેઓ કેમ્બ્રિજ ચાલ્યા ગયા. ત્યાંથી તે ભારત આવ્યા, તો પ્રથમ વિશ્વયુદ્ધને કારણે પરત લંડન ન જઈ શક્યા. કલકત્તાની પ્રેસીડેન્સી કૉલેજમાં જ લેક્ચરરના પદ પર તેમની નિયુક્તિ થઈ. પછી તે આ કૉલેજમાં જ આચાર્ય બન્યા.

પણ તમામ વ્યસ્તતાઓ છતાં પ્રશાંતચંદ્ર મહાલાનોબિસનું ભણતર અને આંકડાશાસ્ત્રના ક્ષેત્રમાં નવી નવી શોધો રોકાઈ નહીં. ઘણા લોકો ત્યારે આંકડાશાસ્ત્રને અર્થહીન વસ્તુ માનતા હતા. પણ રવીન્દ્રનાથ ઠાકુર અને નીલરત્ન

સરકારે તેમને સતત પ્રોત્સાહિત કર્યા અને પ્રશાંતચંદ્ર પોતાની ધૂનમાં આગળ વધતા ગયા. તેમને લાગી રહ્યું હતું, આવનારો યુગ આંકડાશાસ્ત્રનો યુગ છે.

સન્ ૧૯૨૦માં તેમની મુલાકાત એન. અન્નાડેલ સાથે થઈ જે તે સમયના ભારતીય પ્રાણી સર્વેક્ષણના ડાયરેક્ટર હતા. અન્નાડેલને પ્રો. મહાલાનોબિસને પોતાની આંકડાશાસ્ત્રની વિધિથી કોલકાતાની ઍંગ્લો ઈન્ડિયન પ્રજાતિના વિશેષ સમાજશાસ્ત્રીય અભ્યાસ કરવા માટે કહ્યું. પ્રો. મહાલાનોબિસ ઘણા ઉત્સાહ સાથે આ કામમાં જોડાઈ ગયા. આ તેમના માટે આંકડાશાસ્ત્રની શક્તિ અને ઉપયોગિતા બનાવવાનો એક ભવ્ય તક હતી અને પડકાર પણ. બે વર્ષ સુધી સતત અભ્યાસ કર્યા પછી આ સંબંધમાં પ્રશાંત મહાલાનોબિસનો લેખ 'ઍંથ્રોપોલોજિકલ ઑબ્ઝર્વેશન ઑન ધ ઍંગ્લો ઈન્ડિયન્સ ઑફ કૈલકટા' છપાયો. ચોતરફ એની ચર્ચા થઈ. અને પ્રો. મહાલાનોબિસ સાથે સાથે આંકડાશાસ્ત્રની ધૂમ મચી ગઈ.

આના પછી પણ ઘણા સમય સુધી આંકડાશાસ્ત્રને અલગ વિષયના સ્વરૂપે માન્યતા નહોતી મળી, પછી તેને ગણિતમાં સામેલ કરી લેવામાં આવ્યો. પણ સમયની સાથે સાથે આંકડાશાસ્ત્રની ઉપયોગિતા એટલી વધી અને તેમાં એક પછી એક એટલી શોધ થઈ કે આખરે સન્ ૧૯૪૫માં આંકડાશાસ્ત્રને એક અલગ વિષયનો દરજ્જો મળી ગયો.

સન્ ૧૯૪૫માં તત્કાલીન પ્રધાનમંત્રી જવાહરલાલ નહેરૂએ મહાલાનોબિસને રાષ્ટ્રીય આવકમાં વધારો અને બેરોજગારી દૂર કરવાના ઉપાયો માટે પોતાની સંસ્થામાં અભ્યાસ કરવા કહ્યું. મહાલાનોબિસે ઘણી જવાબદારી સાથે એ કામ કર્યું. શરૂઆતમાં આંકડાશાસ્ત્ર સંસ્થાન પ્રેસીડેન્સી કૉલેજના ભૌતિકશાસ્ત્ર વિભાગમાં જ ચાલતું રહ્યું. પછી તેના માટે એક અલગ ભવન બનાવાયું. ત્યારથી આ સંસ્થાના જ નહીં, આંકડાશાસ્ત્રના કામકામ અને ઉપયોગિતાનો પણ સતત વિકાસ થતો ગયો. સંસ્થામાં બાયોમેટ્રી નામક એક નવું સંશોધક યુનિટ ખોલવામાં આવ્યું. પ્રો.જે.બી.એસ. હાલ્ડેન અને તેમની પત્ની શ્રીમતી હાલ્ડેનના આવવા પછી આ સંસ્થાનો ઘણો વિકાસ થયો. આવી રીતે મનોવિજ્ઞાન અને ભાષા સંબંધી સંશોધન એકમોની સ્થાપના થઈ. લંડનથી ડૉ. પામેલા રોબિન્સનને ભૂસ્તરશાસ્ત્રી સંબંધી સંશોધન યુનિટની સ્થાપના માટે આમંત્રિત કરવામાં આવ્યા અને જોત જોતામાં આ સંસ્થા આંકડાશાસ્ત્રના વિશ્વના આદર્શ સંસ્થાઓમાંથી એક સંસ્થા બની ગઈ.

કેટલીક એવી તકો આવી, જ્યારે પ્રો. મહાલાનોબિસે આંકડાશાસ્ત્રની ઉપયોગિતા અને મહત્ત્વને પોતાની રીતે રેખાંકિત કર્યું. સન્ ૧૯૪૨માં બંગાળમાં ભયંકર પૂર આવ્યું. લગભગ તમામ વૈજ્ઞાનિકોની સલાહ હતી કે નદીના તટ પર

ડાઈક્સ વધારવા જોઈએ. પણ પ્રો. મહાલાનોબિસથી સલાહ પૂછવામાં આવી, તો તેમણે દર વર્ષના આંકડા ભેગા કર્યા. તેમણે કહ્યું, નદીમાં પાણીના સુગમ પ્રવાહની વ્યવસ્થા કરવી જોઈએ. આ સલાહ એકદમ સાચી સાબિત થઈ. આવી રીતે ઓરિસ્સામાં આવનારા પૂરને લઈને પણ તેમણે ગંભીર અભ્યાસ કર્યો. હીરાકુડ બંધ તેમના તમામ સંશોધનો પર આધારિત છે અને તે આંકડાશાસ્ત્રના મહત્ત્વને સાબિત કરનારું દુર્લભ ઉદાહરણ છે.

૨૮ જૂન, ૧૯૭૨ના આ મહાન વૈજ્ઞાનિકનું નિધન થયું. વીસમી શતાબ્દીના શરૂઆતના દાયકાઓમાં જ આ સ્વપ્નદૃષ્ટા ચિંતકે આંકડાશાસ્ત્રનું મહત્ત્વ સમજી લીધું હતું, જેના પર આજના ભારતનો સમગ્ર વિકાસ ટકેલો છે. આથી તેમને આધુનિક ભારતના વૈજ્ઞાનિક પ્રગતિના પુરોગામી તરીકે યાદ કરવામાં આવે છે.

૪૧

સાલિમ અલી

ભારતના મહાન પક્ષી-વિજ્ઞાની

(૧૮૯૬-૧૯૮૭)

સાલિમ અલી ભારતના મહાન પક્ષીશાસ્ત્રી હતા. જો કે કહેવું જોઈએ કે પક્ષીશાસ્ત્ર જેવી મહત્ત્વપૂર્ણ અધ્યયન-શાખાની તરફ આખા દેશનું ધ્યાન ખેંચનારા મોટા લોકોમાં સાલિમ અલીનું નામ સૌથી પહેલા ધ્યાનમાં આવે છે. ભારતમાં સાલિમ અલી પક્ષીશાસ્ત્રના વિકલ્પ બની ગયા હતા. આથી તેમનું પોતાનું જીવન અને પક્ષીઓના અભ્યાસ કરવાની આતુરતા તેમના માટે બે અલગ અલગ વસ્તુઓ નહોતી. એક રીતે તેમણે પોતાનું આખું જીવન જ પોતાના મહાન ઉદ્દેશ્ય માટે સમર્પિત કરી દીધું હતું. આ જ કારણ છે કે ભારતમાં પક્ષી શાસ્ત્રના ક્ષેત્રમાં સાલિમ અલી જેવા કોઈ બીજા વ્યક્તિ આજ સુધી થયા નથી. તે એવા પક્ષીશાસ્ત્રી હતા, જે પોતાનું ઉદાહરણ જાતે હતા.

જો કે સાલિમ અલી માટે કામ કરવાની પરિસ્થિતિ પહેલાથી જ ઘણી સખત રહી. ૧૨ નવેમ્બર ૧૮૯૬ના એક સામાન્ય પરિવારમાં જન્મેલા સાલિમ અલીનું પૂરું નામ સાલિમ મોઈજુદ્દીન અબ્દુલ અલી. નાનપણથી જ પશુ પક્ષીઓને જોવાનો અને તેમની આદતોના વિષયમાં ધ્યાન રાખવાનું સારું લાગતું હતું. સાથે જ તેઓ શિકારના શોખીન હતા. એક વખત કિશોરાવસ્થામાં તેમણે એક

પક્ષી પર નિશાન લગાવ્યું. તે પક્ષી નીચે પડ્યું. ત્યારે સાલિમ અલીએ તેને ઉઠાવ્યું અને ધ્યાનથી જોવા લાગ્યા. તેમને તે પક્ષી તેમના જાણીતા પક્ષી કરતા અલગ લાગ્યુ. સાલિમના કાકા પ્રસિદ્ધ શિકારી હતા. સાલિમે તેમને આ પક્ષીના માટે પૂછ્યું, પરંતુ તે પણ કંઈ ખાસ ન કહી શક્યા. ત્યારે તેઓ સાલિમને એક એવા સ્થાન પર લઈ ગયા, જેની કલ્પના પણ તેના માટે મુશ્કેલ હતી. આ સ્થાન હતું મુંબઈ હિસ્ટ્રી સોસાઈટીની ઓફિસ. કાકાએ સંસ્થાના સચિવ ડબ્લ્યૂ.એમ.મિલાર્ડને સાલિમની જિજ્ઞાસા વિશે જણાવ્યું. સાંભળીને મિલાર્ડ ઘણા ખુશ થયા. તેમણે તેને તે રૂમ બતાવ્યો જ્યાં અલગ અલગ પ્રકારના ઘણા પક્ષી હતા. અસલમાં અહીં મરેલા પક્ષીઓ હતા, જેમાં ભૂસુ ભરીને રાખવામાં આવતું હતું. તેને જોઈને સાલિમને ઘણું આશ્ચર્ય થયું. પણ જ્યારે મિલાર્ડે એક કબાટ ખોલીને તેમાંથી તેને તેવું પક્ષી બતાવ્યું, જ્યારે તે પક્ષીને સાથે લઈને આવ્યો, તો સાલિમની ખુશી અને આશ્ચર્યનો પાર ના રહ્યો. મિલાર્ડે તેને કહ્યું તે આ પક્ષી એક ખાસ પ્રજાતિનું નર છે.

સાલિમને પક્ષીઓના અભ્યાસ માટે ખોલવામાં આવેલી સંસ્થા એટલી ગમી કે, તેમણે મિલાર્ડને કહ્યું કે જો તેના માટે કોઈ કામ હોય, તો તે આની સાથે જોડાશે. મિલાર્ડે તેને પક્ષીઓની ઓળખ કરવાની યુક્તિ બતાવી. એ પણ કહ્યું કે મરેલા પક્ષીઓને કેવી રીતે રાખી શકાય. કેટલાક સમય પછી મુંબઈ નેચરલ હિસ્ટ્રી સોસાયટીના મ્યુઝિયમમાં ગાઈડ બની ગયા અને ઘણા રસ સાથે પક્ષીઓના અભ્યાસમાં જોડાઈ ગયા.

કેટલાક સમય પછી એ શીખવા માટે જર્મની ગયા અને મરેલા પક્ષીઓને કેવી રીતે ભૂસું ભરી દર્શકો અને સંશોધકો માટે સુરક્ષિત રાખી શકાય. ત્યાંથી પરત ફર્યા પછી તેમને એ જાણીને આઘાત લાગ્યો કે જે પદ પર તેઓ કામ કરી રહ્યા હતા, તે હવે પૂર્ણ થઈ ગયું છે. પણ સાલિમ અલી નિરાશ ન થયા. હવે પોતાના જીવનની એક દિશા તેમને મળી ચૂકી હતી અને હવે કોઈ બાધા તેમના પગલાંને રોકી નહોતી શકતી.

અત્યાર સુધી તેમના લગ્ન પણ થઈ ચૂક્યા હતા અને પારિવારિક જવાબદારીનો ભાર પણ હતો. પણ તેમની પત્નીએ સાલિમનો પક્ષીઓમાં આટલો રસ જોયો, તો તેમણે ઘણી મદદ કરી. તે પોતે કામ કરતી હતી, જેનાથી ઘર ચાલતું હતું. સાલિમ અલી દિવસભર પક્ષીઓના અધ્યયનમાં લાગ્યા રહેતા. જ્યાં તેમનું ઘર હતું, ત્યાં ઘણા પક્ષીઓ આવતા હતા. સાલિમ અલી આ પક્ષીઓની આકૃતિ, રંગ, સ્વાભાવ વગેરેના વિષયમાં એક બુકમાં લખતા હતા. ખાસ કરીને બાયા પક્ષીઓ અને તેમના માળાના માટે તેમને આશ્ચર્યજનક માહિતી ખબર પડી. તેમને ખબર પડી કે માળા શરૂઆતમાં નર બનાવે છે - એક નહીં, કેટલાક

માળાઓ. પછી માળો પસંદ આવવા પર માદા બાયા આવે છે. બંને મળીને માળાને પૂર્ણ કરવામાં જોડાઈ જાય છે અને એક સારી કળાકૃતિ જેવો માળો તૈયાર થાય છે. બાકી અડધા માળા એમ જ પડ્યાં રહે છે.

પોતાના આ તારણોના વિષયમાં સાલિમ અલીએ લેખ લખ્યા, તો આખી દુનિયાનું ધ્યાન તેમની તરફ ગયું. આ રીતે ગોરૈયા પક્ષીના વિષયમાં સાલિમ અલીનું અધ્યયન અને તેમની કહેવામાં આવેલી વાતો એટલી રસપ્રદ છે કે તેને શોધી શોધીને વાંચવી જોઈએ. તે સમયમાં આવી પુસ્તકો નહોતી, જે ભારતીય પક્ષીઓની આકૃતિ, સ્વભાવ, રહેણી-કરણી વગેરેની વધુ જાણકારી આપી શકે. તેથી એક મોટી કમીને પૂરી કરતા ભારતીય પક્ષીઓના વિષયમાં પોતાની બહુચર્ચિત પુસ્તક 'બુક ઑફ ઇન્ડિયન બર્ડ્સ' લખ્યું. આવી રીતે એમ. ડિલન રિપલે નામના પ્રસિદ્ધ પક્ષીપ્રેમીની સાથે મળીને તેમણે 'હેન્ડ બુક ઑફ ધ બર્ડ્સ ઑફ ઇન્ડિયા એન્ડ પાકિસ્તાન' લખી. આ પુસ્તક જે ૧૦ અધ્યાયમાં છે, પક્ષીઓના વિષયમાં એક મહત્ત્વપૂર્ણ સંદર્ભ પુસ્તક છે.

૨૭ જુલાઈ, ૧૯૮૭એ ૯૧ વર્ષની વયે આ ધુની પક્ષીશાસ્ત્રીનું અવસાન થયું. પણ તેમણે વિચરતા રહીને વિવિધ સ્થાને ફરીને પક્ષીઓના વિષયમાં રસપ્રદ શોધ કરી, તે હવે ઇતિહાસનો એક મહત્ત્વપૂર્ણ હિસ્સો બની ચૂકી છે.

૪૨

પંચાનન માહેશ્વરી

ભારતના પ્રસિદ્ધ વનસ્પતિશાસ્ત્રી

(૧૯૦૪-૧૯૬૬)

આધુનિક યુગમાં જે વૈજ્ઞાનિકોએ પોતાના અથાગ પરિશ્રમ, પ્રતિભા અને સતત શોધથી ભારતને મજબૂત અને અદ્યતન વૈજ્ઞાનિક દેશ બનાવવામાં મોટી ભૂમિકા નિભાવી, તેમાં પંચાનન માહેશ્વરી પણ હતા. તેમણે ફૂલોવાળા છોડ એટલે ઍન્જિયોસ્પર્મના ક્ષેત્રમાં એટલું મહત્ત્વપૂર્ણ કામ કર્યું કે આજે દુનિયાભરમાં આ ક્ષેત્રમાં મૂળ કામ કરવાવાળા પ્રતિભાવાન વૈજ્ઞાનિકોમાં તેમની ગણતરી થાય છે. તેમની શોધ અને તારણ પછીથી આવનારી પેઢીના માટે માર્ગદર્શક બની ચૂકી છે.

૯ નવેમ્બર, ૧૯૦૪ના રાજસ્થાનના જયપુર શહેરમાં જન્મેલા પંચાનન માહેશ્વરી નાનપણથી જ ઘણા તેજસ્વી અને અભ્યાસુ હતા. ઘરની હાલત ઘણી સારી નહોતી, છતાં પિતાએ તેમને સારામાં સારું શિક્ષણ અપાવ્યું અને તેઓ તેમને ભણતર માટે પ્રોત્સાહિત કરતા હતા. તેઓ તેમને ઘણી પુસ્તકો ખરીદીને આપતા હતા અને દીકરાને રસપૂર્વક અભ્યાસ કરતા જોઈને તેમને ખૂબ જ આનંદ થતો હતો. પંચાનન ઘણા હોંશિયાર હતા અને શાળાના ભણતર સિવાય પણ ઘણું વાંચવા માટે સમય કાઢી લેતા હતા. માધ્યમિક પછી આગળના ભણતર માટે તેઓ અલાહાબાદ ગયા. ત્યાંની સાંધ્ય ક્રિશ્ચિયન કૉલેજમાં બી.એસ-સી.માં પ્રવેશ મેળવ્યો.

ત્યાં વનસ્પતિશાસ્ત્રના વિભાગના અધ્યક્ષ હતા પ્રસિદ્ધ વનસ્પતિશાસ્ત્રી

વિનફિલ્ડ ડેજિયન. ડેજિયન એવા સ્વપ્નદર્શી વૈજ્ઞાનિક હતા, જે હંમેશાં પોતાના કામમાં ડૂબેલા રહેતા હતા અને તેમને પોતાના કામમાં ઊંડી રુચિ ધરાવતા વિદ્યાર્થી સારા લાગતા હતા. જ્યારે તેમણે પંચાનન માહેશ્વરીને જોયા, તો તેમને લાગ્યું કે આ સીધો, કઠોર પરિશ્રમી અને પ્રતિભાશાળી યુવક આગળ વધીને ઘણું કામ કરી બતાવશે. હવે તો ડેજિયન એક માયાળુ પ્રાધ્યાપક તરીકે પંચાનન માહેશ્વરીનું માર્ગદર્શન કરતા હતા, તેમને સતત આગળ કામ કરવાની પ્રેરણા અને પ્રોત્સાહન આપવાનું શરૂ કર્યું. આનાથી પંચાનન માહેશ્વરીમાં હજુ વધુ શ્રમ કરવાની તૃષ્ણા જાગી. તે વધુમાં વધુ પોતાના ગુરુના માપદંડો પર ખરા ઉતરવાની કોશિશ કરતા. શિષ્ય અને ગુરુમાં પરસ્પર પ્રેમનો એક અનોખો સંબંધ બની ગયો અને પંચાનન માહેશ્વરીના વ્યક્તિત્વમાં સતત ચમક આવતી ગઈ.

ડેજિયન પંચાનન માહેશ્વરીને કાયમ પોતાની સાથે બહારના જંગલોમાં ફરવા માટે લઈ જતા અને તેમને ભિન્ન-ભિન્ન વનસ્પતિ અને તેમની વિશેષતાઓ વિશે જણાવતા. એમ.એસ-સી. પછી પંચાનન માહેશ્વરીએ ડેજિયનના નિર્દેશનમાં જ ઍંજિયોસ્પર્મ પર શોધ કરી જે તેમના ડાયરેક્ટરનો પ્રિય વિષય હતો. તેમણે આ વર્ગના છોડના રંગ, આકૃતિ, ભ્રૂણ વિજ્ઞાન અને તેના પરસ્પર સંબંધોનો અભ્યાસ કર્યો. તેના પછી પંચાનન માહેશ્વરીએ પોતાના એ કામને આગળ વધારતા ડી.એસ-સી.ની ડિગ્રી મેળવી. જ્યારે તે અલાહાબાદ છોડી રહ્યા હતા, ત્યારે તેમના ગુરુ ડેજિયને પ્રેમપૂર્ણ શબ્દોમાં કહ્યું, 'જે મેં તમારા માટે કર્યું, તે તમે પોતાના શિષ્યો માટે કરજો.'

સાંભળીને પંચાનન માહેશ્વરીની આંખો ભીની થઈ. તેમણે જીવનભર ગુરુની શિખામણને યાદ રાખીને વિજ્ઞાનના વિકાસને એકલા નહીં, પરસ્પર મળીને એક-બીજાની સાથે કામ કરવાથી થાય છે.

પંચાનન માહેશ્વરીને જીવનમાં એકથી વધીને એક ઉપલબ્ધિઓ મળી છે. સન્ ૧૯૬૫માં તે રોયલ સોસાયટીના સભ્ય ચૂંટાયા. તેમને બીરબલ સાહની મેડલ પણ મળ્યો. દિલ્લી વિશ્વવિદ્યાલયમાં વનસ્પતિશાસ્ત્રના અધ્યક્ષ બન્યા પણ પંચાનન માહેશ્વરીના શબ્દોમાં પોતાના ગુરુના શબ્દો ગૂંજી રહ્યા હતા, 'જે મેં તમારા માટે કર્યું, તે તમે પોતાના શિષ્યો માટે કરજો.' અને સાચે જ તેમણે પોતાના પછીની પેઢી માટે એવા તમામ નવયુવાનો તૈયાર કર્યા, જેમણે ભ્રૂણ વિજ્ઞાન પર કામ કરી મોટી અને મહત્ત્વપૂર્ણ શોધ કરી.

ડૉ. પંચાનન માહેશ્વરીએ ફૂલવાળા છોડના ભ્રૂણ વિજ્ઞાનમાં એવી શોધ કરી, જેની તેમના પહેલા કોઈએ કલ્પના પણ નહોતી કરી. આમાં એક પ્રયોગશાળામાં ટેસ્ટ ટ્યૂબમાં છોડના ભ્રૂણનો વિકાસ કરવાનો હતો. આ વિધિનો

એક મોટો લાભ એ થયો કે, જે છોડને એક-બીજા સાથે મેળવી સંકર પ્રજાતિ નહોતી બનાવી શકાતી, હવે તેને આસાનીથી એક નવી પ્રજાતિના ભ્રૂણમાં બદલી શકાય છે. આવી રીતે છોડના ભ્રૂણ-વિજ્ઞાનમાં કેટલીક આશ્ચર્યજનક અને ક્રાંતિકારી શોધ તેમણે કરી, જેનાથી આગળ કામ કરવાની અનંત દિશાઓ ખુલતી ગઈ. તેમના શિષ્યોએ તેમના દ્વારા બતાવવામાં આવેલી વિધિ દ્વારા શોધવામાં આવેલા કેટલાક નવા છોડનું નામ પંચાનન માહેશ્વરીના નામ પર રાખ્યું.

૧૮ મે, ૧૯૬૬એ ૬૨ વર્ષની અવસ્થામાં ભારતના આ અત્યંત પ્રતિભાશાળી વનસ્પતિ શાસ્ત્રીનું અવસાન થયું. તેમણે વનસ્પતિશાસ્ત્રમાં એકદમ અલગ રીતે કામ કરીને શોધ કરી, જેને લઈ તેમનું નામ હંમેશાં યાદ કરવામાં આવશે.

૪૩

ડૉ. દૌલતસિંહ કોઠારી

પ્રસિદ્ધ અંતરિક્ષવિજ્ઞાની

(૧૯૦૬-૧૯૯૩)

આધુનિક ભારતના જાણીતા વૈજ્ઞાનિકોમાં દૌલતસિંહ કોઠારીનું નામ પણ ખૂબ જ સન્માનની સાથે લેવામાં આવે છે. ખાસ કરીને અવકાશના વામન તારાઓની બનાવટને સમજવા માટે તેમણે જે વૈજ્ઞાનિક સિદ્ધાંત આપ્યો, તેને વિશ્વના લગભગ તમામ બ્રહ્માંડશાસ્ત્રીઓએ મહત્ત્વપૂર્ણ માન્યો છે. આ ઉપરાંત પરમાણુ વિસ્ફોટ અને તેના પ્રભાવોને લઈને તેમણે પુસ્તકો લખી, જેને આજે પણ ખૂબ જ મહત્ત્વપૂર્ણ માનવામાં આવે છે. ડૉ. કોઠારી એ વૈજ્ઞાનિકોમાંથી હતા, જેમણે વૈજ્ઞાનિક સંશોધનોનો ઉદ્દેશ્ય ભારતના ઉત્થાન અને વિશ્વમાં માનવસેવા માટે ભંડોળ ઊભું કરવાનો હતો. આ કારણે આધુનિક વૈજ્ઞાનિકોમાં તેમનું રેટિંગ ઘણું ઊંચુ હતું.

૬ જુલાઈ, ૧૯૦૬એ રાજસ્થાનના ઉદયપુર શહેરમાં જન્મેલા દૌલતસિંહ કોઠારી નાનપણથી જ ઘણા ઉદ્યમી અને પ્રતિભાશાળી હતા. નાનપણમાં જ પિતાનું અવસાન થઈ જવાને કારણે તેમને પડકારોનો સામનો કરવો પડ્યો. શરૂઆતમાં જયપુર અને ઈન્દોરમાં તેમણે શિક્ષણ ગ્રહણ કર્યું, પછી અલાહાબાદ વિશ્વવિદ્યાલયમાં એમ.એસ-સી. કર્યું. ડૉ. કોઠારીએ કેમ્બ્રિજ વિશ્વવિદ્યાલયથી પી.એચ-ડી.ની ડિગ્રી મેળવી. જો કે, તેમનો ઉદ્દેશ્ય માત્ર ડિગ્રી મેળવવાનો ન હતો. તે ઈચ્છતા હતા કે ભારતને વિકાસ પથ પર લઈ જવા માટે તે આગળ આવીને કામ કરે. ડૉ. કોઠારી ભારતના મૂલ્યવાન વૈજ્ઞાનિકો જગદીશ ચંદ્ર બસુ,

ચંદ્રશેખર રામન અને મેઘનાથ સાહાથી ઘણા પ્રભાવિત હતા. તેમનું સ્વપ્ન હતું કે, તે પણ તેમની જેમ વિજ્ઞાનના ક્ષેત્રમાં ભારતનું નામ ગૌરવાન્વિત કરે.

સન્ ૧૯૩૪માં ડૉ. કોઠારીની નિમણૂક દિલ્લી વિશ્વ વિદ્યાલયમાં થઈ. જ્યાં લગભગ ૨૫ વર્ષ સુધી ભૌતિકશાસ્ત્રના પ્રાધ્યાપક તરીકે વિદ્યાર્થીઓને શિક્ષણ આપતા તેમણે આગળની પેઢીમાં વિજ્ઞાન પ્રત્યે રસ પેદા કરવાની સાથે સાથે સંતુલિત વૈજ્ઞાનિક દૃષ્ટિકોણ ઉત્પન્ન કરવાનું કામ પણ કર્યું. આના પછી ભારત સરકારના સંરક્ષણ મંત્રાલયમાં તેમની નિયુક્તિ થઈ. કેટલાક સમય પછી તે સંરક્ષણ મંત્રીના વૈજ્ઞાનિક સલાહકાર પદે નિયુક્ત થયા. આ પદ પર રહીને તેમણે દેશમાં જગ્યા જગ્યાએ વૈજ્ઞાનિક પ્રયોગશાળાઓ સ્થાપિત કરી અને વૈજ્ઞાનિક શોધને આગળ વધારી. તેમણે ઈલેક્ટ્રૉનિક્સ, શસ્ત્ર વિજ્ઞાન અને ખોરાક સંગ્રહ કરવાની પદ્ધતિઓની સાથે સાથે રણપ્રદેશને લીલોછમ બનાવવા જેવાં વિષયો પર પણ શોધ-કાર્યોને પ્રોત્સાહિત કર્યાં.

ડૉ. કોઠારીએ એક નવા આધુનિક ભારતની રચનાના ઉદ્દેશ્યને સામે રાખીને વૈજ્ઞાનિકોને નવી-નવી દિશાઓમાં કામ કરવા માટે પ્રેરિત કર્યા. ડૉ. કોઠારીએ દબાણ આર્નિકરણનો સિદ્ધાંત શોધી કાઢ્યો હતો, જેને દેશ-વિદેશના વૈજ્ઞાનિકોએ અત્યંત મહત્ત્વપૂર્ણ માન્યો. આ સિદ્ધાંતના આધારે પણ જ્યારે તેમણે અવકાશના વામન તારાઓની બનાવટને સમજવા માટે પોતાના સિદ્ધાંતને સામે રાખ્યો, તો દુનિયાના તમામ વૈજ્ઞાનિક આશ્ચર્યચકિત રહી ગયા. આજે પણ વામન તારાની સંરચનાથી સંબંધિત ડૉ. કોઠારીના સિદ્ધાંતને અત્યંત મહત્ત્વપૂર્ણ માનવામાં આવે છે.

આવી રીતે પરમાણુ વિભાજન અને પરમાણુ વિસ્ફોટને લઈ કોઠારીએ તમામ પ્રયોગ કર્યા અને ઘણી બધી નવી વાતો શોધી. તેમની પુસ્તક 'ન્યૂક્લિયર ઍક્સપ્લૉઝિવ્સ ઍન્ડ દેયર ઈફેક્ટ્સ' અત્યંત ઉપયોગી પુસ્તક છે. એવી જ રીતે વામન તારાઓને લઈને લખવામાં આવેલી તેમની પુસ્તક 'થ્યોરી ઑફ વ્હાઈટ ડ્વાર્થ સ્ટાર્સ'ને વૈજ્ઞાનિક જગતમાં ઘણું સન્માન મળ્યું. જો કે ડૉ. કોઠારીની ભાષા એટલી સરળ છે કે સામાન્ય માણસ પણ પૂર્ણ રસ લઈ શકે છે. આવી રીતે ડૉ. કોઠારીની એક અન્ય ઉલ્લેખનીય પુસ્તક છે 'ન્યૂમરસ પેપર્સ ઓન સ્ટેટિસ્ટિકલ થર્મોડાયનોમિક્સ'.

૧૪ ફેબ્રુઆરી ૧૯૯૩ના રોજ ભારતના આ પ્રતિભાશાળી વૈજ્ઞાનિક અને અસાધારણ શિક્ષણવિદ્નું નિધન થયું. આધુનિક ભારતને વૈજ્ઞાનિક વિકાસની ઊંચાઈઓ સુધી પહોંચાડવામાં તેમનું જે યોગદાન છે, તેને ભૂલી શકાય એવું નથી.

૪૪

ડૉ. આત્મારામ

દેશી ઢંગના મોટા વૈજ્ઞાનિક

(૧૯૦૮-૧૯૮૫)

મનમાં સાચી લગન હો, તો એક સાધારણ પરિવારનો બાળક પણ આગળ વધીને ઊંચા સ્થાન પર પહોંચી શકે છે. સીધા-સરળ અને વિનમ્ર સ્વભાવના વૈજ્ઞાનિક ડૉ. આત્મારામનું જીવન આનું ઉદાહરણ છે. તેમણે પોતાની લગન અને અથાગ પરિશ્રમથી વિજ્ઞાન જગતમાં ઊંચું સ્થાન મેળવ્યું અને મોટા મોટા કામ કરી બતાવ્યાં, આ કારણ છે કે આધુનિક ભારતને વૈજ્ઞાનિક પ્રગતિના રસ્તા પર લઈ જનારા પ્રતિભાશાળી વૈજ્ઞાનિકોમાં ડૉ. આત્મારામનું નામ ખૂબ જ સન્માન સાથે લેવામાં આવે છે.

૧૨ ઑક્ટોબર, ૧૯૦૮ના ઉત્તરપ્રદેશના બિજનૌર જિલ્લાના પિલાણા ગામમાં જન્મેલા ડૉ. આત્મારામ નાનપણથી જ ઘણા જીજ્ઞાસુ પ્રવૃત્તિના અને ગુણવાન હતા. તેમના પિતા લાલા ભગવાનદાસ એક સામાન્ય તલાટી હતા, તે ઈમાનદાર અને દયાળુ હતા અને ગામમાં તમામ લોકોની મદદ કરતા હતા. આ વાતની અસર આત્મારામ પર પણ પડી. તેમણે ઘણા ઓછા પૈસામાં પોતાનું ભણતર પૂર્ણ કરી સારા નંબરો લાવીને બતાવ્યા. ભણતરમાં તેમનો રસ જોઈને સૌ પ્રભાવિત થતા હતા.

તો પણ વારંવાર મુશ્કેલીઓ આવી જતી. આત્મારામ ખૂબ જ અભિમાની અને જીવંત વ્યક્તિ હતા. મુશ્કેલીનો તેઓ હિમ્મત સાથે સામનો કરતા હતા. એવી જ એક મુશ્કેલી ત્યારે આવી, જ્યારે બી.એસ-સી.ની પરીક્ષામાં

સારા ગુણાંક સાથે પાસ કર્યા પછી પણ તેમને અલાહાબાદ વિશ્વવિદ્યાલયમાં એમ.એસ-સી.માં પ્રવેશ ન આપ્યો.

આ વાતથી આત્મારામને ઘણું દુઃખ થયું. તે દિવસોમાં ડૉ.નીલરત્ન ધર વિભાગના વડા હતા, જેમના માટે આત્મારામના મનમાં ઘણું સન્માન હતું. તે આશરે મહિના-દોઢ મહિના સુધી ડૉ. ધરના ક્લાસની બહાર ઊભા રહી નોટ્સ લેતા રહેતા હતા. ત્યારબાદ અંતે ગુરુનું દિલ પીગળ્યું અને તેમને પ્રવેશ મળી ગયો. પછી જ્યારે પરીક્ષાનું પરિણામ સામે આવ્યું, ત્યારે તે પ્રથમ શ્રેણીમાં પ્રથમ આવ્યા. લોકો આ જોઈ આશ્ચર્યચકિત રહી ગયા કે જે વિદ્યાર્થીને પ્રવેશ સુદ્ધાં નહોતો મળી રહ્યો, તેણે પૂરી યુનિવર્સિટીમાં સૌથી વધારે ગુણાંક મેળવ્યા.

આના પછી આત્મારામે એક શિષ્યવૃત્તિના અંતર્ગત ફોટો કેમેસ્ટ્રીનો ઊંડાણપૂર્વક અભ્યાસ કર્યો. આના પર તેમણે ડૉક્ટર ઑફ સાયન્સની ડિગ્રી મેળવી. આત્મારામ ઘણી સાદગીથી જીવન ગુજારતા હતા. તેની ખબર એ વાતથી પડે છે કે તેમને જે સો રૂપિયા છાત્રવૃત્તિ મળતી હતી, તેમાંથી માત્ર સાત રૂપિયા તે પોતાના ઉપર ખર્ચ કરતા હતા, બાકીના ઘરે મોકલી દેતા હતા.

આના પછી આત્મારામની નિયુક્તિ ભારતીય ઔદ્યોગિક સંસ્થાનમાં થઈ. અહીં શાંતિસ્વરૂપ ભટનાગર અને મેઘનાથા સાહા જેવા દિગ્ગજ વૈજ્ઞાનિકોને મળવાનું તેમને સૌભાગ્ય મળ્યું. ડૉ. આત્મારામે પણ દઢ નિશ્ચય કરી લીધો કે, તે દેશના વૈજ્ઞાનિક વિકાસના માટે પોતાનું આખું જીવન સમર્પિત કરી દેશે. એટલું જ નહીં તેમણે એવા પદાર્થોને લઈને શોધ કરી, જેની આગ ઓલવવામાં મોટી ભૂમિકા હોય છે. યુદ્ધના સમયે અગ્નિશામક પદાર્થોનો ઉપયોગ શત્રુઓના પ્રહારોથી બચવા માટે થઈ શકે છે. ફેક્ટરીઓમાં પણ એનો કટોકટીના સમયે ઉપયોગ થાય છે.

થોડાં સમય પછી ડૉ. શાંતિસ્વરૂપ ભટનાગરના આગ્રહ પર આત્મારામે કોલકાતાના સેન્ટ્રલ ગ્લાસ અને સિરામિક્સ રિસર્ચ સ્ટેશનનું કામ સંભાળી લીધું. અહીંયા તેમણે રાત-દિવસ પ્રયોગ કરીને સારા પ્રકારના સમાંગી કાચ (ઑપ્ટિકલ ગ્લાસ) બનાવવામાં સફળતા મેળવી, તેમ છતાં ભારત સરકાર રશિયાથી સમાંગી કાચ મંગાવવા ઈચ્છતી હતી. આના માટે સંમતિ પણ સધાઈ ગઈ.

ત્યારે આત્મારામને ખૂબ જ દુઃખ થયું. તેમણે પ્રધાનમંત્રી જવાહરલાલ નહેરૂને પત્ર લખ્યો, 'મારા દ્વારા તૈયાર કરાયેલા સમાંગી કાંચનું પરીક્ષણ કરાવી લેવું જોઈએ. જો આ કોઈપણ રીતે ખરાબ અથવા ઉપયોગ બહારનું સાબિત થાય, તો વિદેશથી ફાઈબર ઑપ્ટિક્સ મંગાવવા પર મને કોઈ વાંધો નથી.'

આના પર ડૉ. આત્મારામ દ્વારા તૈયાર કરાયેલા ફાયબર ઑપ્ટિક્સનું

પરીક્ષણ થયું અને તેને દરેક રીતે યોગ્ય અને સારા પ્રકારનું મળ્યુ. ત્યારથી ભારતમાં સારા ફાયબર ઑપ્ટિક્સનું ઉત્પાદન શરૂ થયું. આજે તો દેશમાં એવા કેટલાય કારખાના કામ કરી રહ્યા છે. ડૉ. આત્મારામને આ શ્રેય જાય છે કે આજે ભારત ફાયબર ઑપ્ટિક્સનું ઉત્પાદન કરનારા વિશ્વના છ મુખ્ય દેશોમાંથી એક છે.

આત્મારામ અહીંયા ન રોકાયા. ઑપ્ટિક્સના ક્ષેત્રમાં તેમના અન્ય પ્રયોગો પણ ચાલતા રહ્યા. તેમણે ઉત્તમ રંગીન ઑપ્ટિક્સ અને ફેનિક (ફીણવાળું) ઑપ્ટિક્સ બનાવવામાં પણ સફળતા મેળવી. સાથે જ તેમનો એ પ્રયત્ન પણ રહ્યો કે નવી પેઢીને પણ વિજ્ઞાન પ્રત્યે રસ પેદા થાય.

તેમણે જોયું કે ભારતના વૈજ્ઞાનિક વિકાસમાં ભાષા એક મોટી સમસ્યા છે. અંગ્રેજી ભાષાની અડચણને કારણે ઘણા પ્રતિભાશાળી યુવાન અહીં આવવાથી સંકોચ અનુભવતા હતા. જ્યારે તેઓ પોતાની જ ભાષામાં વાંચશે અને વિચારશે, તો તે નવી નવી વસ્તુઓ શોધીને બતાવશે. આ જ વિચારીને તેમણે હિન્દીમાં ભણવા-ભણાવવા પર જોર આપ્યું. એટલું જ નહી, પરંતુ તેમણે પોતાના અનેક મહત્ત્વપૂર્ણ શોધ-પત્ર હિન્દીમાં વાંચીને તમામ વૈજ્ઞાનિકોને આશ્ચર્યચકિત કરી દીધા.

આત્મારામ એટલા સરળ સ્વભાવના હતા કે, તેમણે ક્યારેય ટાઈ નહોતી પહેરી. એક વખત ઈન્ટરવ્યૂમાં જવાનું હતું, તો કેટલાક દિવસો સુધી તેમણે ટાઈ પહેરવાનો અભ્યાસ કર્યો, પણ પછી તેમણે ટાઈ પહેરવાનો અભ્યાસ હંમેશાં માટે છોડી દીધો.

સન્ ૧૯૮૫માં ભારતના આ સંત-હૃદય વૈજ્ઞાનિકનું નિધન થયું. ડૉ.આત્મારામનું નામ આધુનિક ભારતીય વૈજ્ઞાનિકોમાં આ કારણે સૌથી અલગ દેખાય છે કે, તેમણે લાક્ષણિક દેશી શૈલીથી જીવન જીવતાં-જીવતાં પણ વિજ્ઞાનમાં મોટા મોટા કામ કરી બતાવ્યાં.

તેમણે હિન્દીમાં વિજ્ઞાનના ક્ષેત્રમાં મોટા મોટા કામ કરવાના સપના બતાવ્યાં. આવા સરળ અને ઉદાર વૈજ્ઞાનિકને કોણ ભૂલી શકે છે.

૪૫

સુબ્રહ્મણ્યન ચંદ્રશેખર

ભારતના પ્રસિદ્ધ ખગોળવિજ્ઞાની

(૧૯૧૦-૧૯૯૫)

આધુનિક કાળના જે વૈજ્ઞાનિકોએ ખગોળશાસ્ત્રમાં પોતાની શોધથી સમગ્ર વિશ્વના વૈજ્ઞાનિકોનું ધ્યાન આકર્ષિત કર્યું તેમજ તારાં અને અવકાશ વિજ્ઞાનના ક્ષેત્રમાં ઐતિહાસિક મહત્ત્વની ઘણી નવી અને આશ્ચર્યજનક જાણકારી આપી, તેમાં સુબ્રહ્મણ્યન ચંદ્રશેખરનું નામ એક તેજસ્વી તારાની જેમ અલગથી નજરે ચઢે છે. સાચું તો એ છે કે, સુબ્રહ્મણ્યન ચંદ્રશેખરે પોતાની શોધથી અવકાશ વિજ્ઞાનના ઘણા બધા વણઉકેલાયેલાં કોયડાઓ અને રહસ્યોને ખોલ્યાં, અવકાશને આપણાથી વધુ પરિચિત અને આત્મીય બનાવી દીધું.

૧૯ ઑક્ટોબર, ૧૯૧૦ના લાહોરમાં જન્મેલા સુબ્રહ્મણ્યન ચંદ્રશેખરને નાનપણથી જ પુસ્તકો વાંચવાનો શોખ હતો. તે માત્ર પોતાના પાઠ્યક્રમની પુસ્તકો જ નહોતા વાંચતા, પરંતુ ભૌતિકશાસ્ત્રના ક્ષેત્રમાં થઈ રહેલી નવી નવી શોધોમાં પણ તેમને રસ હતો. આ સંબધમાં તેમને જ્યાંથી પણ માહિતી મળતી, તેને રસપૂર્વક વાંચતા અને તેના પર વિચારતા રહેતા હતા. આથી વિદ્યાર્થી જીવનમાં જ સુબ્રહ્મણ્યન ચંદ્રશેખર ન માત્ર બીજાથી વધુ બહુવિધ વાંચન કરતા હતા, પરંતુ તેમની વિચારશક્તિનો અવકાશ પણ બીજાથી ઘણો વધારે હતો. તેમનું વ્યક્તિત્વ બહુપરિમાણીય હતું, જે જીવન-જગતની નવામાં નવી વાતોને ઘણી રુચિથી ગ્રહણ કરે છે. ત્યાં સુધી કે વિદ્યાર્થી અવસ્થામાં તેમણે શોધ-લેખ લખીને તેને પ્રસિદ્ધ જર્નલમાં મોકલવાનું શરૂ કરી દીધું હતું.

જ્યારે તે મદ્રાસની પ્રેસીડેન્સી કૉલેજમાં બી.એ. ઑનર્સના વિદ્યાર્થી હતા, તો ઘણા પ્રસિદ્ધ થઈ ગયા હતા. તેમના કેટલાક લેખ અત્યાર સુધી પ્રતિષ્ઠિત પત્રિકાઓમાં પ્રકાશિત થઈ ચૂક્યા હતા. તેમની સાથેના વિદ્યાર્થીઓ જ નહીં, પ્રાધ્યાપકો પણ આ પ્રતિભાશાળી વિદ્યાર્થીની લગન અને પ્રતિભાથી પ્રભાવિત હતા. સુબ્રહ્મણ્યન ચંદ્રશેખર સન્ ૧૯૩૭માં અભ્યાસ અને કામના કારણે અમેરિકા પહોંચ્યા, ત્યારે એક પ્રસિદ્ધ ખગોળશાસ્ત્રીના રૂપે તેમની ખ્યાતિ ત્યાં પણ પહોંચી ચુકી હતી. આથી અભ્યાસ અને કામની તકો આગળ આવતી ગઈ અને સુબ્રહ્મણ્યન ચંદ્રશેખર સંપૂર્ણ રીતે પોતાના કામમાં ડૂબી ગયા.

ખગોળશાસ્ત્રમાં સુબ્રહ્મણ્યન ચંદ્રશેખરની સૌથી મોટી અને આશ્ચર્યજનક શોધ વામન તારા અથવા વ્હાઈટ ડ્વાર્ફના આકારના સંબંધમાં તેમની તે શોધ છે, જેનાથી સમગ્ર વિશ્વમાં આજે 'ચંદ્રશેખર લિમિટ'ના રૂપે ઓળખાય છે. સુબ્રહ્મણ્યન ચંદ્રશેખરે પોતાના લાંબા સંશોધનના વિષયમાં જણાવ્યું કે, આ પ્રકારના વામન તારાઓનો આકાર એક સીમા કરતાં વધુ નથી વધી શકતો. આથી કે જો તેનો આકાર ઘણો મોટો હોય તો તેમાં ભયાનક વિસ્ફોટ થાય છે, જેનાથી વધારાનો પદાર્થ છુટો પડી જાય છે. ત્યારે તે એક ખૂબ તેજસ્વી, ચમકતો સુપરનોવા તારો બની જાય છે, જેને 'સુપરનોવા' કહીને બોલાવાય છે.

આવી રીતે તેમની એક આશ્ચર્યજનક શોધ અવકાશમાં 'બ્લેક હોલ્સ'ની વ્યાખ્યા છે. તેમની આ વ્યાખ્યા ઘણાં લોકોને તો અવિશ્વસનીય લાગી હતી કે બ્લેક હોલ એટલો ભારી ખગોળ પિંડ છે, તેમાં એક ચમચી પદાર્થનો ભાર કેટલાક ટન હોય છે. પરંતુ આજે તેમની એ વાતનો સ્વીકાર તમામ ખગોળશાસ્ત્રીઓ કરે છે. સાચું તો એ છે કે સુબ્રહ્મણ્યન ચંદ્રશેખરની આ શોધે અવકાશની સાચી વૈજ્ઞાનિક વ્યાખ્યામાં એટલી મોટી ભૂમિકા નિભાવી છે, જેની પહેલા લોકો કલ્પના પણ નહોતા કરી શકતા. વીસમી સદીના ઉત્તરાર્ધમાં અંતરિક્ષને લઈને જેટલી પણ યુગ પ્રવર્તક શોધ થઈ છે, તેના કેન્દ્રમાં ક્યાંક ને ક્યાંક સુબ્રહ્મણ્યન ચંદ્રશેખરના સિદ્ધાંત અથવા તેમના દ્વારા કરવામાં આવેલી મહત્ત્વપૂર્ણ શોધ છે. તેમના કેટલાક શિષ્ય પણ તેમના કામને આગળ વધારવામાં લાગ્યા છે.

સન્ ૧૯૮૩માં ૭૩ વર્ષની આયુમાં સુબ્રહ્મણ્યન ચંદ્રશેખરને ભૌતિકશાસ્ત્રમાં પોતાની શોધના કારણે નોબેલ પુરસ્કાર મળ્યો, જ્યારે એનાથી કેટલાક દાયકા પહેલાથી જ વિશ્વવિખ્યાત ખગોળશાસ્ત્રીના રૂપમાં માન્યતા મેળવી ચૂક્યા હતા. ત્યાં સુધી તેમના નીચે ભણેલાં અને તેમનાથી માર્ગદર્શન મેળવનારા વિદ્યાર્થી પણ તેમનાથી કેટલાક દાયકા પહેલાં નોબેલ પુરસ્કાર મેળવી ચૂક્યા હતા, પણ સુબ્રહ્મણ્યન ચંદ્રશેખર એને મહત્ત્વ નહોતા આપતા. તેમના માટે

મહત્ત્વ કામનું હતું અને ઉંમરના આખરી પડાવ સુધી તે સતત કાર્યમાં ડૂબેલા રહ્યા. આટલા પ્રસિદ્ધ વૈજ્ઞાનિક હોવા છતાં પણ તેમનું જીવન ઘણું સાદું અને સરળ હતું અને તેમનામાં ભારતીયતાની ઊંડી છાપ હતી.

૨૧ ઓગસ્ટ, ૧૯૯૫ના વિશ્વમાં ભારતનો ધ્વજ લહેરાવનારા આ મહાન વૈજ્ઞાનિકનું અવસાન થયું. સાચું તો એ છે કે, સુબ્રહ્મણ્યન ચંદ્રશેખર એ વૈજ્ઞાનિકોમાંથી છે, જેમણે પોતાના અથાગ પરિશ્રમ અને શોધોથી ભવિષ્યમાં ભારતીયોની પ્રતિભાનો સિક્કો મનાવીને ભારતનું મસ્તક ઊંચુ કર્યું.

૪૬

ડૉ. કૈલિંપુદી રાધાકૃષ્ણ રાવ

પ્રસિદ્ધ ગણિતજ્ઞ અને સાંખ્યિકીવિદ

(જ. ૧૯૨૦)

આધુનિક ભારતમાં આંકડાશાસ્ત્રના વિકાસ અને જે પ્રતિભાશાળી ગણિતશાસ્ત્રી અને વૈજ્ઞાનિકોએ મોટું યોગદાન આપ્યું, તેમાં પ્રોફેસર પ્રશાંત મહાલાનોબિસ પછી ડૉ.કૈલિંપુદી રાધાકૃષ્ણ રાવનું કામ સૌથી વધુ મહત્ત્વપૂર્ણ છે. ડૉ. રાધાકૃષ્ણ રાવ ડૉ. પ્રશાંત મહાલાનોબિસના સૌથી યોગ્ય શિષ્યમાંથી એક છે. જો કે આ એક સંયોગ છે કે તે આંકડાશાસ્ત્રની દિશામાં કામ કરવા માટે આવ્યા હતા અને પોતાનું પૂર્ણ જીવન આના માટે જ સમર્પિત કરી દીધું. હકીકતમાં તો રાધાકૃષ્ણ સેનામાં ભરતી થવા માટે કોલકાતા આવ્યા હતા, પરંતુ અહીંયા આંકડાશાસ્ત્રની સંસ્થાને જોઈ એટલી હદે પ્રભાવિત થયા કે તેમણે આંકડાશાસ્ત્રના ક્ષેત્રમાં કામ કરવાનો નિર્ણય કરી લીધો. પછી તેમણે આ ક્ષેત્રમાં એકથી એક મહત્ત્વપૂર્ણ શોધ કરી, જેનાથી ચારેય તરફ ધૂમ મચી ગઈ. વિશ્વના ટોચના આંકડાશાસ્ત્રી વિદ્વાનોમાં તેમનું નામ લેવામાં આવતું હતું.

૧૦ સપ્ટેમ્બર, ૧૯૨૦ના કર્ણાટકના દક્ષિણ હદાગલી નામના સ્થાન પર જન્મેલા ડૉ. કૈલિંપુદી રાધાકૃષ્ણ રાવ નાનપણથી જ ઘણા તેજસ્વી અને મહેનતુ હતા. વિદ્યાર્થી કાળમાં જ દૂર દૂર સુધી તેનું નામ ફેલાઈ ગયું હતું. આંધ્ર વિશ્વવિદ્યાલયથી ગણિતમાં એમ.એસ-સી. પરીક્ષા પાર કર્યા બાદ તેઓ કોલકાતા આવી ગયા. અહીં તેમણે ભારતીય આંકડાશાસ્ત્ર સંસ્થામાં રહીને અભ્યાસ કર્યો

અને અનેક મહત્ત્વપૂર્ણ શોધો કરી. સંસ્થા દ્વારા તેમને કેમ્બ્રિજ મોકલવામાં આવ્યા, જ્યાં તેમણે પોતાનું મહત્ત્વપૂર્ણ શોધ-કાર્ય કર્યું અને ડી.એસ-સી.ની ડિગ્રી મેળવી.

ત્યારબાદ ડૉ. કૈલિંપુદી રાધાકૃષ્ણ રાવ લાંબા સમય સુધી ભારતીય આંકડાશાસ્ત્ર સંસ્થાનમાં ડાયરેક્ટર રહ્યા. તેમના ઘણા શોધ-પત્ર આંતરરાષ્ટ્રીય મહત્ત્વના રિસર્ચ જર્નલ્સમાં છપાયા. આફ્રિકાના ગેવિલ મોયાના આદિવાસીઓના અભ્યાસ માટે તેઓ કેમ્બ્રિજ ગયા અને પોતાના ગુરુ પ્રો.મહાલાનોબિસ દ્વારા શોધવામાં આવેલી વિધિઓના આધારે પોતાનો અભ્યાસ અને સંશોધન કર્યું. કૈલિંપુદી રાધાકૃષ્ણ રાવનું માનવું છે કે, વિજ્ઞાનની વધુ પડતી શોધોમાં પણ આંકડાશાસ્ત્રનો ઉપયોગ સંભવ છે, જેનાથી સંશોધન કરવામાં ઘણી મદદ મળી શકે છે. જો કે વિજ્ઞાનનું ક્ષેત્ર જટિલ છે, આથી ત્યાં આંકડાશાસ્ત્રના પ્રયોગને લઈને વધુ સાવધાની રાખવાની જરૂરિયાત છે.

ડૉ. રાધાકૃષ્ણ રાવે વિજ્ઞાનની દુનિયામાં ઘણા ગંભીર કામ અને સંશોધનો કર્યાં છે. આ કારણે ૧૯૬૭માં તેમને રોયલ સોસાયટીના સભ્યા બનાવાયા, પરંતુ એ રસપૂર્વકની વાત છે કે, આટલા ગંભીર વૈજ્ઞાનિક અભ્યાસ છતાં પણ તે રમૂજી ભાવથી ભરપૂર છે અને સાહિત્યમાં પણ તેમને સારી એવી રુચિ રહી છે. તેમણે ઘણાં સુંદર કટાક્ષ લેખો લખ્યાં, જેમાં તેમની વૈજ્ઞાનિક અને સાહિત્યની પ્રતિભાના એક સાથે દર્શન થઈ જાય છે.

વિદેશોમાં રહીને ઘણી સુવિધા મેળવવાની જગ્યાએ ડૉ. કૈલિંપુદી રાધાકૃષ્ણ રાવ પોતાના દેશમાં રહીને દેશ અને દેશવાસિઓની સેવાને પોતાનો ધ્યેય માનતા હતા. આશા છે, તે હજુ વર્ષો સુધી પોતાના સંશોધનો-કાર્યો દ્વારા નવી પેઢીને આગળ વધી કંઈક કામ કરવાની પ્રેરણા આપતા રહેશે.

૪૭

એચ.એન. સેઠના

પરમાણુ કાર્યક્રમોનાં સૂત્રધાર
(૧૯૨૩-૨૦૧૦)

આધુનિક ભારતને વૈજ્ઞાનિક પ્રગતિના માર્ગ પર લઈ જવાવાળા પ્રતિભાશાળી ઉત્સાહી વૈજ્ઞાનિકોમાં એચ.એન. સેઠના પણ છે. પોતાની અદ્ભુત બુદ્ધિ અને સતત સક્રિયતાના કારણે તેમણે વિશ્વના માનચિત્ર પર ભારતનું નામ રોશન કર્યું. સાથે જ યુવા પેઢીને નવા જોશ અને ઉત્સાહ સાથે વૈજ્ઞાનિક શોધ માટે આગળ આવવાની પ્રેરણા આપી.

૨૪ ઓગસ્ટ, ૧૯૨૩એ જન્મેલા હોમી નશેરવાનજી સેઠના નાનપણથી જ અત્યંત પ્રતિભાશાળી અને ધુની હતા. જ્ઞાન-વિજ્ઞાનથી જોડાયેલી પુસ્તકો વાંચવી તેમને સારી લાગતી હતી. તેમની પ્રતિભા અને લગન જોઈને પ્રાધ્યાપકો આશ્ચર્યચકિત થઈ જતા. મોટા થવા પર તેમણે કેમિકલ એન્જિનિયરિંગના ક્ષેત્રમાં એમ.ઈ.ની ડિગ્રીની સાથે કેટલીક મહત્ત્વપૂર્ણ ડિગ્રીઓ મેળવી. વિદેશમાં અભ્યાસ કર્યા પછી પણ તેમનું મન દેશ સેવા માટે ઉત્સુક હતું. તેમનું માનવું હતું કે સાચું જ્ઞાન અથવા વિજ્ઞાન દેશ અને માનવતાની સેવા માટે છે. ભારત આવ્યા પછી ડૉ. સેઠના દેશના પરમાણુ ઊર્જા કાર્યક્રમ સાથે જોડાયા.

સન્ ૧૯૭૪માં રાજસ્થાનના જેસલમેર જિલ્લામાં પોખરણ સ્થાન પર ભારતનો પહેલો પરમાણુ વિસ્ફોટ થયો. આ વૈજ્ઞાનિક ઉપલબ્ધિ ડૉ.સેઠનાના નેતૃત્વમાં જ મળી. તેમણે પ્રધાનમંત્રી ઈન્દિરા ગાંધીને એક સાંકેતિક વાક્યમાં

પ્રયોગની સફળતાની સૂચના મોકલી. તે સાંકેતિક વાક્ય હતું, 'બુદ્ધ આવી રહ્યા છે.' ડૉ. સેઠનાએ આ સાંકેતિક વાક્ય આથી પસંદ કર્યું, કારણ કે આનાથી આખા વિશ્વને એ સંદેશ આપવા માંગતા હતા કે ભારતનો પરમાણુ કાર્યક્રમ શાંતિ સ્થાપવા માટે છે. દુનિયાની શાંતિને નષ્ટ કરવા માટે નથી. બુદ્ધ શાંતિ અને અહિંસાના સૌથી મોટા ઉપદેશક હતા. આનાથી ખૂબ જ કાવ્યાત્મક ઢંગથી ભારતના પરમાણુ કાર્યક્રમનું લક્ષ્ય અને દિશા સ્પષ્ટ થઈ જતી હતી.

ડૉ. સેઠના ભારતના વૈજ્ઞાનિક પ્રગતિ અને સંશોધનના કેટલાક મહત્ત્વપૂર્ણ કાર્યક્રમો સાથે જોડાયેલા રહ્યા અને જેનાથી પૂરી દુનિયામાં ભારતનું નામ ઊંચું થયું. ટ્રામ્બેમાં પ્લૂટોનિયમ પ્લાંટની સ્થાપનામાં તેમણે વિશેષ રસ દાખવ્યો. તે આંતરરાષ્ટ્રીય વૈજ્ઞાનિક સલાહકાર સમિતિની પરમાણુ એજન્સીના સભ્ય તરીકે ચૂંટાયા. આ તેમના અને ભારત માટે ગૌરવની વાત છે. સન્ ૧૯૬૦માં તેમને શાંતિસ્વરૂપ ભટનાગર એવોર્ડ મળ્યો અને ૧૯૭૫માં પદ્મવિભૂષણથી સન્માનિત કરાયા.

૫ સપ્ટેમ્બર, ૨૦૧૦ના દિવસે આ કર્મઠ અને દૃઢ નિશ્ચયી વૈજ્ઞાનિકનું નિધન થયું. ડૉ. સેઠના અંત સુધી પોતાની અગાઉના દિગ્ગજ વૈજ્ઞાનિક ડૉ.ભાભા અને વિક્રમ સારાભાઈના અધૂરાં કામોને ખંતપૂર્વક પૂરાં કરવામાં વ્યસ્ત રહ્યા. આ એક મોટી ઉપલબ્ધિ છે, જેના પર ભારતની જનતાને ગર્વ છે.

૪૮

રાજા રામન્ના

ભારતની અણુ-શક્તિના નાયક

(૧૯૨૫-૨૦૦૪)

આધુનિક યુગમાં ભારતને વૈજ્ઞાનિક દૃષ્ટિથી સંપન્ન, શક્તિશાળી દેશ બનાવવામાં જે વૈજ્ઞાનિકોનું અભૂતપૂર્વ યોગદાન છે, તેમાં રાજા રામન્ના પણ છે. પ્રસિદ્ધ વૈજ્ઞાનિક હોમી જહાંગીર ભાભાની જેમ જ રાજા રામન્નાએ પણ ભારતના પરમાણુ કાર્યક્રમોને ઝડપ અને ઊંચાઈ આપી અને ભાભાના કામને સાચા અર્થમાં આગળ વધાર્યું. તેમણે સમજી લીધું હતું કે, પરમાણુ શક્તિ બન્યા વગર ભારત ના તો પોતાના વિકાસ કાર્યક્રમોમાં ઝડપ લાવી શકે અને ના તો વિશ્વના માનચિત્ર પર એક શક્તિશાળી દેશના રૂપમાં પોતાની ઉપસ્થિતિ નોંધાવી શકશે. આ કારણથી રાજા રામન્નાએ દેશના વિકાસનો જે રસ્તો શોધ્યો, તેને આજે તમામ સ્વીકારે છે.

૨૮ જાન્યુઆરી, ૧૯૨૫ના કર્ણાટકના ટુમકુર સ્થાન પર જન્મેલા રાજા રામન્ના નાનપણથી જ ઘણા ગંભીર વિદ્યાર્થી હતા અને વધુમાં વધુ પુસ્તકો વાંચવામાં તેમને રસ હતો. તે મોટા થયાં ત્યારે વૈજ્ઞાનિક બનીને દેશની સેવા કરવા ઈચ્છતા હતા. શોધના અભ્યાસાર્થે તેઓ લંડન ગયા અને ત્યાંના વિશ્વવિદ્યાલયથી પી-એચ.ડી.ની ડિગ્રી લઈને પરત ફર્યા. ભારત પરત ફરવા પર તેમના કામની દિશા લગભગ નક્કી થઈ ગઈ. તે ભૌતિકવિજ્ઞાનના ક્ષેત્રમાં વધુમાં વધુ કામ કરવા ઈચ્છતા હતા. શરૂઆતમાં ટાટા ઈન્સ્ટીટ્યૂટ ઑફ ફંડામેન્ટલ રિસર્ચમાં તે પ્રોફેસર બન્યા, પછી ભાભા પરમાણુ સંશોધન કેન્દ્રમાં તે

ભૌતિકશાસ્ત્ર વિભાગના અધ્યક્ષ બન્યા. ભાભા આ પ્રતિભાશાળી વૈજ્ઞાનિકની પ્રતિભા, જુસ્સો અને સમર્પણથી ઘણા પ્રભાવિત હતા. તે પરમાણુ ઊર્જાના વિષયમાં જે કામ કરી રહ્યા હતા, તેમાં પણ રાજા રામન્નાનો એક સારા મહેનતુ સહયોગી તરીકે તેમને સાથ મળ્યો.

રાજા રામન્ના ભાભાનું ઘણું સન્માન કરતા હતા અને તેમના માટે કંઈ પણ કરવાથી તેમને શાંતિ મળતી હતી. તે પણ ભાભાના એ વિચારથી સંમત હતા કે, દેશને પરમાણુ ઊર્જા સંપન્ન બનાવ્યા વગર આ મહાદેશનો વિકાસ સંભવ નથી, આથી કે પરમાણુ ઊર્જાનો વિકાસ કાર્યમાં સીધો અને ઝડપથી ઉપયોગ સંભવ છે. ભાભાએ જેવી રીતે પરમાણુ ઊર્જાના ક્ષેત્રમાં નવાથી નવા સંશોધનો કરીને, ભારતને વિશ્વના મુખ્ય પરમાણુ-શક્તિ સંપન્ન દેશોમાં સ્થાન અપાવ્યું, તેમાં રાજા રામન્નાનો પૂર્ણ સહયોગ હતો.

સન્ ૧૯૬૬માં એક વિમાન દુર્ઘટનામાં ભાભાનું મૃત્યુ થઈ જવાને કારણે આખો દેશ દુઃખમાં ડૂબી ગયો. તે સ્પષ્ટ છે, રાજા રામન્નાએ પણ ભાભાના જવા પર એક અગ્રણી માર્ગદર્શકની સાથે સાથે ઘણું બધું ગુમાવી દીધું. પણ તેઓ તૂટ્યા નહીં, નિરાશ ન થયાં, પરંતુ ભાભાના સ્વપ્નને પૂર્ણ કરવા માટે તેમણે પોતાનું પૂર્ણ જીવન લગાવી દેવાનો નિશ્ચય કરી લીધો.

હકીકત તો એ છે કે, આજે ભારત પરમાણુ શસ્ત્ર સંપન્ન દેશ બની શક્યો છે, તો એની પાછળ રાજા રામન્નાની તપસ્યા છે. તેમણે પોખરણમાં જે પરમાણુ પરીક્ષણ કર્યું હતું, તેણે સમગ્ર વિશ્વમાં ભારતની ધાક જમાવી દીધી. સાથે જ દરેક ભારતીયોના ચહેરા પર એક આત્મવિશ્વાસ આવી ગયો. આ પરમાણુ પરીક્ષણની વિશેષતા એ રહી કે, આ પૃથ્વીની અંદર કરવામાં આવ્યો હતો. રાજા રામન્નાનો વિચાર એ હતો કે પર્વતોનું ખોદકામ, મોટાં-મોટાં તળાવો, બંધ અને નહેરો બનાવવા માટે કાયમ દારૂગોળાનો ઉપયોગ કરવામાં આવે છે, પરમાણુ શક્તિનો નહીં. પરંતુ આ ઠીક નથી, આથી કે પરમાણુ શક્તિનો ઉપયોગ આનાથી ઘણો સસ્તો અને પ્રભાવકારી થઈ શકે છે. પણ વૈજ્ઞાનિકો આમાં અસુરક્ષા જેવો ખતરો જુએ છે. રાજા રામન્નાએ સતત પ્રયોગો દ્વારા એ સાબિત કર્યું કે, પરમાણુ ઊર્જાના હાનિકારક પ્રભાવોને આસાનીથી નિયંત્રિત કરી શકાય છે. તેથી સુરક્ષિત રીતના પરમાણુ વિસ્ફોટ કરીને આપણે ઘણા મોટાં-મોટાં કામો કરી શકીએ છીએ.

રાજા રામન્નાનું પૂરું જીવન વિજ્ઞાનના વિકાસને સમર્પિત રહ્યું છે. એક તરફ તે પોતાની શોધથી દેશ અને સમાજની પ્રગતિની સતત ચિંતા કરતા રહ્યા, બીજી તરફ પોતાની શોધ અને પ્રયોગોના કામમાં વધુમાં વધુ ઊંડાઈથી ડૂબતા ગયા. પરમાણુ ક્ષેત્રમાં તેમણે કેટલીક એવી શોધ કરી, જેણે સમગ્ર વિશ્વના

વૈજ્ઞાનિકોએ માની અને આ કારણે વિશ્વના જાણીતા વૈજ્ઞાનિકોમાં તેમની ચર્ચા થાય છે. ખાસ કરીને પરમાણુ વિભાજનનો જે સિદ્ધાંત તેમણે પ્રસ્તુત કર્યો, તેને આજે પણ ઘણો ઉપયોગી સમજી શકાય છે. રાજા રામન્નાનું માનવું હતું કે, પરમાણુના ભારે કેન્દ્રક વિભાજન થઈને ઘણી ઝડપથી પરમાણુ કિરણોત્સર્ગ આપે છે. તેમની આ શોધને પરમાણુ ફ્રેગમેન્ટેશનના કારણે ઘણું મહત્ત્વનું સમજવામાં આવે છે.

૨૪ સપ્ટેમ્બર, ૨૦૦૪ના મુંબઈના આ ઉત્સાહી અને પ્રતિભાશાળી વૈજ્ઞાનિકનું મૃત્યુ થયું. આજે રાજા રામન્ના નથી રહ્યા, પણ તેમણે ભારતના સ્વપ્નદર્શી વૈજ્ઞાનિક ભાભાના સ્વપ્નોને પૂર્ણ કરી, દેશ અને દુનિયાને ઉચ્ચ પરમાણુ શક્તિ સંપન્ન દેશોમાંથી એક બનાવ્યો અને સતત વિકાસનો રસ્તો પણ સૂચવ્યો. આ કારણે તે આજે પણ વારંવાર યાદ આવે છે.

૪૯

વેણુ બપ્પૂ

ભારતના પ્રસિદ્ધ ખગોળ-વિજ્ઞાની

(૧૯૨૭-૧૯૮૨)

આધુનિક ભારતના નિર્માણ અને તેને વૈજ્ઞાનિક પ્રગતિના રસ્તા પર લઈ જવામાં જે વૈજ્ઞાનિકોએ અથાગ મહેનત કરી, તેમનામાં અદ્‌ભુત ખગોળશાસ્ત્રના ખગોળ-વિજ્ઞાની વેણુ બપ્પૂનું નામ હંમેશાં અમર રહેશે. તેઓ એક એવા સ્વપ્નદર્શી વૈજ્ઞાનિક હતા, જેમણે વર્ષો પહેલાં ખગોળ-વિજ્ઞાનના મહત્ત્વને જાણ લીધું હતું. ભારતને આ દિશામાં દુનિયામાં થઈ રહેલા એકથી એક મહત્ત્વપૂર્ણ સંશોધનોની કડીથી જોડીને તેમણે ભારતને ખગોળશાસ્ત્રમાં ન માત્ર અદ્યતન બનાવ્યું, બલ્કે ભારતીય વૈજ્ઞાનિકોમાં એક અલગ પ્રકારની સમજણ અને ઉત્સાહની સાથે આ દિશામાં કામ કરવાની એક તૃષ્ણા પણ ઉત્પન્ન કરી. સાચું તો એ છે કે, ખગોળશાસ્ત્રના ક્ષેત્રમાં વેણુ બપ્પૂની આ શોધો, જેના કારણે આજે તેઓ આખી દુનિયામાં જાણીતા બન્યા છે, તે શોધો એક નવા ભારતના નિર્માણના સ્વપ્ન અથવા આદર્શમાંથી જન્મી હતી.

૧૦ ઓગસ્ટ, ૧૯૨૭ના ચેન્નાઈમાં જન્મેલા વેણુ બપ્પૂ નાનપણથી જ ઘણા પ્રતિભાવાન અને જીજ્ઞાસુ પ્રવૃત્તિના હતા. તેમના પિતા નિજામ હૈદરાબાદની વેધશાળામાં મદદનીશના પદ પર કામ કરતા હતા. વેણુ બપ્પૂ ન માત્ર વેધશાળાના વિષયમાં પિતાની વાતો રસપૂર્વક સાંભળતા હતા, તેના બદલે આ વિષયમાં વ્યાખ્યાન આપવા માટે જે લોકો બહારથી આવતા હતા, તેમની વાતો અને વિચાર

પણ ઘણા ધ્યાનથી સાંભળતા હતા. શરૂઆતના ભણતર પછી ઉચ્ચ શિક્ષણ માટે સન્ ૧૯૪૯માં તે હાર્વર્ડ ગયા. અહીં કેટલાક પ્રસિદ્ધ ખગોળ-વૈજ્ઞાનિકો સાથે તેમની મિત્રતા થઈ. થોડા દિવસોમાં જ તેમણે ધૂમકેતુની શોધ કરી, તો ઘણા બધા ખગોળશાસ્ત્રીઓનું ધ્યાન તેમની તરફ ગયું. તેમણે જે તારાની શોધ કરી હતી, તેને બપ્પૂ અને તેમના સાથીઓના નામથી ઓળખવામાં આવ્યો. આ ધૂમકેતુનું નામ પડ્યું બપ્પૂ-બોક-ન્યૂકર્ક.

આના પછી વેણુ બપ્પૂની ખગોળ શાસ્ત્રમાં રુચિ વધી. તે પાલોમર વેધશાળાથી જોડાયા. અહીંયા એક અન્ય ખગોળશાસ્ત્રી કોલિન સી. વિલ્સનની સાથે મળીને તેમણે એક નવી શોધ કરી નાખી, જે આખી દુનિયામાં આજે બપ્પૂ-વિલ્સન સિદ્ધાંતના નામથી ઓળખાય છે. આ સિદ્ધાંતથી ખબર પડે છે કે તારાઓની તેજસ્વીતા અથવા તેજની એમની અન્ય ઘણી લાક્ષણિકતાઓની સાથે સીધો સંબંધ છે. આ એક મહત્ત્વપૂર્ણ શોધ હતી, જેનાથી અવકાશના સંશોધનોમાં મોટી મદદ મળી. તારાઓની તેજસ્વીતા અને અંતરની જાણકારી મેળવવા માટે આજે પણ આખી દુનિયામાં આ સિદ્ધાંતનો ઉપયોગ થાય છે.

અત્યાર સુધી વેણુ બપ્પૂનું નામ દૂર દૂર સુધી જાણીતું બન્યું હતું, પરંતુ તે ભારત આવવા માટે વિચલિત હતા. તે ઈચ્છે તો તેમને વિદેશમાં એકથી વધીને એક આકર્ષક પદ મળી શકતા હતા, પણ વેણુ બપ્પૂની અંદર એ ઝંખના હતી કે ભારત ખગોળશાસ્ત્રના ક્ષેત્રમાં આગળ વધે. દુનિયાની નવી નવી શોધથી જોડાઈ આગળ કામ કરવાના પડકારોને સ્વીકાર કરે. ભારત આવ્યા પછી વેણુ બપ્પૂને નિરાશા જ હાથ લાગી. કોઈએ પણ તેમના કામમાં રસ ન દાખવ્યો. ત્યાં સુધી કે કોઈ સારી નોકરી પણ એમને મળી નહીં. આના પર વેણુ બપ્પૂએ વિદેશ પરત જવાની જગ્યાએ ભારતમાં રહીને સંઘર્ષ કરવાનો નિશ્ચય કર્યો, પછી ભલે તેમના રસ્તામાં કેટલીય મુશ્કેલી કેમ ન આવે!

થોડાં સમય પછી તેમને ઉત્તર પ્રદેશની રાજ્ય વેધશાળામાં કામ મળી ગયું. તેમણે નૈનીતાલની પાસે મનોરા ટોચ પર એક સારી વેધશાળા સ્થાપિત કરી, ઘણા લોકોનું ધ્યાન આ તરફ આકર્ષિત કર્યું. પછી ચેન્નાઈના કોડઈકેનાલમાં તેમણે એક શક્તિશાળી ટેલિસ્કૉપ લગાવડાવ્યું. કોડઈકેનાલ વેધશાળાના ડાયરેક્ટરના રૂપે તેમણે દેશમાં ખગોળશાસ્ત્રના ક્ષેત્રમાં રસ ઉત્પન્ન કરવામાં કોઈ કસર ન રાખી. તેમનું સૌથી મોટું સ્વપ્ન કવલૂરમાં એક સોથી વિશાળ અને શક્તિશાળી ટેલિસ્કોપ લગાવવાની યોજના હતી, જેથી આ સ્થાન વિશ્વના સૌથી મુખ્ય ખગોળ કેન્દ્રોના સ્વરૂપે ઓળખાય. સન્ ૧૯૮૬માં તેમનું આ સ્વપ્ન પૂર્ણ થયું, જ્યારે આ વેધશાળાથી સુંદર ધૂમકેતુ હેલીને

જોઈ તેના વિષયમાં ઘણી જરૂરી વાતો અને ગુણોનો અભ્યાસ કરવામાં આવ્યો. આ શક્તિશાળી ટેલિસ્કોપથી સુંદર ધૂમકેતુની હેલીની શોભાને જોવી એ એક વિલક્ષણ અનુભવ હતો.

પણ અફસોસ, વેણુ બપ્પૂ ખુદ પોતાના સ્વપ્નને પૂર્ણ થતાં ન જોઈ શક્યા. તે શક્તિશાળી ટેલિસ્કૉપને લગાવવાના ૪ વર્ષ પહેલા જ, ૧૯ ઓગસ્ટ, ૧૯૮૨ના રોજ મૃત્યુ પામ્યા. તેમણે ભારતને ખગોળશાસ્ત્રના ક્ષેત્રમાં એક અદ્યતન અને શક્તિશાળી દેશ બનાવવાનું જે સ્વપ્ન જોયું હતું, તે તો આજે પણ આપણી આંખોમાં ઝળહળી રહ્યું છે અને ઘણા યુવા વૈજ્ઞાનિકો તેને પૂર્ણ કરવામાં પણ જોડાયા છે.

આ કારણથી વેણુ બપ્પૂ દ્વારા ભારતમાં બનાવવામાં આવેલી વેધશાળાઓ માત્ર વેધશાળાઓ જ નહીં, આ વિજ્ઞાનના એવા તીર્થ અને મંદિર છે, જે હંમેશાં આગળની દિશાની તરફ વધવાની પ્રેરણા આપે છે અને આપણા પગને થાકવા નથી દેતા.

૫૦

ડૉ. એ.પી.જે. અબ્દુલ કલામ

વિશ્વવિખ્યાત મિસાઈલ મેન

(જ. ૧૯૩૧)

આધુનિક ભારતના ધુની અને પ્રતિભાશાળી વૈજ્ઞાનિકોમાં ડૉ. એ.પી.જે.અબ્દુલ કલામનું નામ ખૂબ જ સન્માન સાથે લેવાય છે. મિસાઈલમેન કહેવાતા ડૉ. કલામ ન માત્ર ભારતના ઉપગ્રહ-લૉન્ચ સાથે જોડાયેલા રહ્યા, પરંતુ સન્ ૧૯૯૪માં થયેલા પ્રયોગાત્મક પરમાણુ વિસ્ફોટથી તેમના જ યોગ્ય માર્ગદર્શનમાં પૂર્ણ થયો. ડૉ. કલામનું પૂરું નામ છે અવુલ પકીર જૈનુલાબદીન અબ્દુલ કલામ. તેમના નામમાં સામેલ અવુલ તેમના પરદાદાનું નામ છે, પકીર દાદાનું અને જૈનુલાબદીન પિતાનું. એ.પી.જે. અબ્દુલ કલામ ભારતના ટોચના વૈજ્ઞાનિક તો હતા, સાથે-સાથે ભારતને વૈજ્ઞાનિક વિકાસના રસ્તા પર લઈ જનારા યોગ્ય માર્ગદર્શક પણ છે. આ જ કારણ છે કે તે ભારતના રાષ્ટ્રપતિ ચૂંટાયા. આજે પણ સમગ્ર જનતા તેમને જીવની જેમ પ્રેમ કરે છે અને તેમની વાતોથી પ્રેરણા લે છે.

૧૫ ઑક્ટોબર ૧૯૩૧ના તમિલનાડુના રામેશ્વરમ ગામમાં એક મધ્યમ વર્ગના તમિલ પરિવારમાં જન્મેલા ડૉ. એ.પી.જે. અબ્દુલ કલામ નાનપણથી જ ઘણા ધીરગંભીર અને સહજ હતા. દરેક વખતે વિચારોમાં જ તલ્લીન રહેતા હતા. કલામના માતા-પિતા સાક્ષર નહોતા, પણ તે સીધા, સરળ અને બુદ્ધિમાન હતા અને ઘરે સાદગીભર્યું સાંસ્કૃતિક વાતાવરણ હતું. કલામના

પિતા જૈનુલાબદીન ખલાસી હતા. પછી તેમણે લાકડીની હોળી બનાવવાનું કામ શીખ્યું અને ત્યાં જ શરૂ કર્યું. શરૂઆતમાં કલામનું ભણતર રામેશ્વરની પંચાયતની શાળામાં થયું, જયાં તેમના કેટલાક હિન્દુ મિત્ર હતા. તમામ સાથે મળીને એટલા પ્રેમથી રહેતા હતા કે ક્યાંય કોઈ ફરક નહોતો દેખાતો. કલામ ભણવામાં સૌથી હોંશિયાર હતા. તેમણે ઘરની ઘણી મુશ્કેલ પરિસ્થિતિમાં સ્વાટ્ર્જ હાઈસ્કૂલથી હાઈસ્કૂલ અને તિરુચિરાપલ્લીના સેંટ જૉસેફ કૉલેજથી માધ્યમિકની પરીક્ષા પાસ કરી. તે જ સમયે કલામના મનમાં રોકેટ વિશે જાણવાની ઉત્સુકતાએ જન્મ લીધો. તેમને મન હતું કે આગળ વધીને તે મિસાઈલો અને વિમાનની ટેક્નિકને નજીકથી જાણે. મદ્રાસ ઈન્સ્ટીટ્યૂટ ઑફ ટેક્નોલૉજીથી તેમણે ઍરોનોટિકલ એન્જિનિયરિંગની પરીક્ષા પાસ કરી. જો કે આર્થિક મુશ્કેલી એટલી હતી કે તેમની બહેન જોહરાએ દાગીના ગીરવે મૂકી તેમની મદદ કરી. ત્યારે કલામ આ ભણતર પૂર્ણ કરી શક્યા.

ભણતર પૂર્ણ કર્યા પછી ડૉ. કલામને હૈદરાબાદના ડિફેન્સ રિસર્ચ ઍન્ડ ડેવલપમેન્ટ ઑર્ગેનાઈઝેશનમાં વરિષ્ઠ વૈજ્ઞાનિક મદદનીશના પદ પર નિયુક્ત કરાયા. થોડાં સમય પછી ઈન્ડિયન કમિટી ફૉર સ્પેસ રિસર્ચમાં તે રોકેટ એન્જિનિયરના પદ પર નિયુક્ત થયા. આ પદ પર કામ કરતા તેમણે રોકેટ લૉન્ચિંગ સેન્ટર, થુંબાની સ્થાપના કરી. અહીંથી રોહિણી-૭૫નું સફળ પ્રક્ષેપણ કરવામાં આવ્યું. ડૉ. વિક્રમ સારાભાઈનો ઊર્જાથી ભરેલો સાથ ડૉ. કલામને હંમેશાં આગળ વધવાની પ્રેરણા આપતો હતો. સારાભાઈના નિધન પછી કલામે તેમના અધૂરા સ્વપ્નને પૂર્ણ કરવાનું બીડું ઝડપ્યું. થુંબા પરિસરનું નામ અત્યારે 'વિક્રમ સારાભાઈ સ્પેસ' સેન્ટર રાખવામાં આવ્યું. અહીંથી ડૉ. કલામના નેતૃત્વમાં એસ.એલ.વી.-શ્રીએ સફળ ઉડાન ભરી ત્યારે સ્વયં પ્રધાનમંત્રી શ્રીમતી ઈન્દિરા ગાંધીએ અભિનંદન મોકલ્યા અને ડૉ. કલામને મળવા માટે બોલાવ્યા.

ત્યારપછી કલામને હૈદરાબાદમાં ડિફેન્સ રિસર્ચ ઍન્ડ ડેવલપમેન્ટ લેબોરેટરીના ડાયરેક્ટર બનાવાયા. અહીથી પૂર્ણ રીતે ભારતીય 'ડેવિલ' મિસાઈલ છોડવામાં આવી. તેના પછી એક-એક કરી કેટલીક મિસાઈલોનું સફળ પ્રક્ષેપણ થયું, જેમણે ભારત એક સફળ અને શક્તિશાળી દેશ હોવાનો સંદેશ સમગ્ર વિશ્વ સુધી પહોંચાડ્યો. સેવા નિવૃત્ત થયા પછી કલામ રિસર્ચ ઍન્ડ ડેવલપમેન્ટ ઑર્ગેનાઈઝેશન, હૈદરાબાદના અધ્યક્ષ બન્યા. આ સમયે પોખરણમાં તેમના નેતૃત્વમાં પરમાણુ વિસ્ફોટ થયાં, જેનાથી ખુશીની લહેર છવાઈ ગઈ.

ત્યારપછી ડૉ. કલામ સંરક્ષણ મંત્રાલયમાં વૈજ્ઞાનિક સલાહકાર બન્યા અને છેલ્લે આખા દેશની ઇચ્છાઓનું સન્માન કરતા તેમને ભારતના રાષ્ટ્રપતિ

તરીકે પસંદ કરાયા. આ પહેલો મોકો હતો કે એક આટલા મોટા પ્રતિભાશાળી વૈજ્ઞાનિકને દેશના રાષ્ટ્રપતિ પસંદ કરાયા. ભારતે સમગ્ર વિશ્વને એ સંદેશ આપ્યો કે હવે તે પહેલા જેવો પછાત દેશ નથી રહ્યો, પરંતુ વૈજ્ઞાનિક પ્રગતિ માટે તેણે કમર કસી લીધી છે. એકવીસમી સદીમાં તે ટોચ પર પહોંચવા માટે બેચેન છે.

ડૉ. કલામ એ વૈજ્ઞાનિકોમાંથી છે, જે પોતાના શોધકાર્યોથી નહીં, પોતાના આખા વ્યક્તિત્વથી દેશ અને માનવતાને પ્રભાવિત કરે છે. તેમણે સમગ્ર ભારતમાં વૈજ્ઞાનિક પ્રગતિની મશાલ સળગાવીને દેશને નવી રાહ ચીંધી છે. તેના માટે આવનારી પેઢીઓ હંમેશાં તેમની આભારી રહેશે.

૫૧

ડૉ. જયંત વિષ્ણુ નાર્લીકર

આધુનિક ભારતના વિશ્વવિખ્યાત ખગોળવિદ

(જ. ૧૯૩૮)

આધુનિક ભારતીય વૈજ્ઞાનિકોમાં પ્રસિદ્ધ ખગોળશાસ્ત્રી અને પરમાણુ ભૌતિકશાસ્ત્રી ડૉ. જયંત વિષ્ણુ નાર્લીકરનું નામ પણ અલગથી ઓળખમાં આવે છે. ડૉ. નાર્લીકર એક તરફ પોતાના અવકાશ સંબંધી વિશેષ અભ્યાસ અને સ્થાપનાઓના માટે જાણીતા હતા, તો બીજી તરફ પરમાણુ ભૌતિકશાસ્ત્રના રૂપમાં ભારતના પરમાણુ કાર્યક્રમને આગળ વધારવામાં તેમણે ઉલ્લેખનીય કામ કર્યું છે. આ કારણે ભારતને જ્ઞાન-વિજ્ઞાનના ક્ષેત્રમાં આંતરરાષ્ટ્રીય ખ્યાતિ અપાવનારા આધુનિક વૈજ્ઞાનિકોમાં તેમનું નામ ખૂબ જ સન્માન સાથે લેવાય છે.

૧૯ જુલાઈ, ૧૯૩૮એ કોલ્હાપુરમાં જન્મેલા જયંત વિષ્ણુ નાર્લીકરને નાનપણથી ઘરમાં વાંચવા-લખવાનું વૈચારિક સાંસ્કૃતિક વાતાવરણ મળ્યું. તેમના પિતા વિષ્ણુ વાસુદેવ નાર્લીકર પ્રસિદ્ધ ગણિતશાસ્ત્રી હોવાની સાથે સાથે બનારસ હિન્દુ વિશ્વવિદ્યાલયના વાઈસ ચાન્સેલર પણ રહ્યા હતા. જયંત નાર્લીકરની પ્રારંભિક શિક્ષા કોલ્હાપુરમાં થઈ. ઉચ્ચ શિક્ષણ માટે તે બનારસ ગયા. પછી શોધના કારણે તેઓ કેમ્બ્રિજ ગયા, તો તેમની પ્રતિભા અને હોંશિયારીએ દરેકને પ્રભાવિત કર્યા. કેમ્બ્રિજમાં વિશ્વપ્રસિદ્ધ ખગોળશાસ્ત્રી પ્રો.ફ્રેડ હોયલના નિર્દેશનમાં તેમણે શોધ-કાર્ય કર્યું. આનાથી પ્રસિદ્ધ ખગોળશાસ્ત્રી અને નક્ષત્રશાસ્ત્રીના રૂપમાં વિશ્વભરમાં તેમની ખ્યાતિ ફેલાઈ. કેમ્બ્રિજ વિશ્વવિદ્યાલયમાં ડૉ.ઍડમની સ્મૃતિમાં આપવામાં આવતો ઍડમ પુરસ્કાર ડૉ.નાર્લીકરને આપી તેમની ખ્યાતિમાં વધારો કર્યો.

અહીંયા અવકાશ અને તારાની રચના અને સૃષ્ટિનો જન્મ વગેરેને લઈને

ડૉ.નાર્લીકરે પોતાની મૂળભૂત સ્થાપનાઓ આપીને પ્રસિદ્ધ ખગોળશાસ્ત્રીઓને આશ્ચર્યચકિત કરી દીધા. તેમનું માનવું હતું કે બ્રહ્માંડની ઉત્પત્તિની બે અલગ અલગ વ્યાખ્યાઓ કરી શકાય છે, પરંતુ જોવા જઈએ તો તે એ રીતે અલગ નથી અને ક્યાંક ને ક્યાંક એક-બીજાને મળે પણ છે. આ સંબંધમાં લખવામાં આવેલી તેમની પુસ્તક 'વિજ્ઞાન, માનવ અને બ્રહ્માંડ'ને આંતરરાષ્ટ્રીય ખ્યાતિ પ્રાપ્ત છે.

વિદેશોમાં લાંબા સમય સુધી અવકાશ અને તારામંડળ પર શોધ કર્યા પછી જયંત ભારત આવ્યા, તો ટાટા ફંડામેંટલ રિસર્ચ ઇન્સ્ટીટ્યૂટમાં પ્રોફેસરના પદ પર તેમની નિયુક્તિ કરાઈ. તેમની શોધ અને સંશોધન અહીંયા પણ સતત ચાલુ રહ્યા. પોતાની આંતરરાષ્ટ્રીય શોધ માટે તેમને વેણુ બપ્પૂ સ્મૃતિ પુરસ્કાર સહિત દેશ-વિદેશના કેટલાક પ્રતિષ્ઠિત પુસ્કારો મળ્યાં. જયંત નાર્લીકરના મનમાં જરાય અભિમાન ન આવ્યું. તે વધુ સરળતા અને સાદગીથી પોતાના કામમાં જોડાઈ ગયા.

આ તરફ તેમની એકથી એક અનોખી વિજ્ઞાન વાર્તાઓ તથા વૈજ્ઞાનિક ઉપન્યાસમાં 'અવકાશમાં વિસ્ફોટ' અને 'વાયરસ' ઘણી પ્રસિદ્ધ છે. આમાં આવનારા સમયમાં વિજ્ઞાન વગર જીવવાની વિચિત્ર લાગતી કલ્પનાઓ છે, જેને વાંચીને મન સિસકી ઊઠે છે. આ ઉપન્યાસોમાં ડૉ. જયંત ક્યાંકને ક્યાંક વિજ્ઞાન પર માનવની વધુ નિર્ભરતાના ખતરાથી આપણને માહિતગાર કરે છે. આપણે પોતાના રોજીંદા કામમાં સુગમતા કરવા માટે વિજ્ઞાનની મદદ લેવી, એ સારું છે, પરંતુ વિજ્ઞાન અને ટેક્નોલૉજી માનસ માટે એક રીતની ગુલામી અને પરાવલંબન બની જાય અને તે અપંગ થઈને જીવવા લાગે, ત્યારે આને તો કોઈપણ રીતે વિશ્વસનીય ન કહી શકાય. ડૉ. નાર્લીકરના આ ઉપન્યાસ આપણને આ ખતરાથી આગાહ કરીને ચેતવે છે.

ડૉ. નાર્લીકરની એક એવી જ પ્રસિદ્ધ વિજ્ઞાન સાહિત્ય નવલકથા છે 'આગંતુક', જે પોતાની અનન્ય પરિકલ્પનાઓ માટે ઘણી ચર્ચામાં રહી. આવી રીતે તેમની પ્રસિદ્ધ પુસ્તકોમાં 'ધૂમકેતુ' અને 'ઇન્ટ્રોડક્શન ટૂ કોસ્મોલૉજી'નો વારંવાર ઉલ્લેખ કરવામાં આવે છે. ડૉ. નાર્લીકરને થોડા સમય પહેલા બિરલા ખગોળશાસ્ત્ર અને તારામંડળ વિજ્ઞાન સંસ્થાન પુરસ્કાર મળી ચૂક્યો છે. આજકાલ તે વિજ્ઞાન પર રસપ્રદ લેખોના માધ્યમથી તેને સામાન્ય લોકો વચ્ચે લોકપ્રિય બનાવવા તથા યુવા પેઢીમાં વિજ્ઞાન પ્રત્યે રસ ઉત્પન્ન કરવાના કામમાં જોડાયા છે.

ડૉ.નાર્લીકર પોતાની અતિશય વ્યસ્તતા હોવા છતાં અત્યારે પણ કહન અભ્યાસ અને શોધકાર્યોમાં ખોવાયેલા નજરે ચઢે છે. ખગોળશાસ્ત્રમાં પોતાની અનન્ય શોધના કારણે તેમને આંતરરાષ્ટ્રીય ખ્યાતિ મળી છે. અલબત્ત, આવનારી પેઢીની સામે આ સરળ અને ઉત્સાહી વૈજ્ઞાનિકે એક મોટું ઉદાહરણ પૂરું પાડ્યું છે.

★★★